INSIGHT PUBLICA®

അഗ്നി
ഹോത്രം

Nadakkavu, Kozhikode, Kerala
Tel:0495–4020666
www. insightpublica. com
e-mail: insightpublica@gmail. com
Agnihothram
Author: Surendran P
(Malayalam)
First Edition: November 2024

ISBN - 978-93-5517-973-9
Printed and Published by
Insightinpublica Printers & Publishers Ltd.
₹ 180 /-
All Rights reserved. No Part of this Publication may be reproduced, stored in a retrieval system, or transmitted, in any form, or by any means, electronic, mechanical, photocopying, recording or otherwise, without the prior permission of the publisher

അഗ്നി ഹോത്രം

നോവൽ

സുരേന്ദ്രൻ പി.

INSIGHT PUBLICA

ഉള്ളടക്കം

ഭാഗം - 2

ആമുഖം

21-ാം നൂറ്റാണ്ട് ദർശിച്ച ഈ അത്യപൂർവ്വമായ സമ്മേളനം ഭാരതത്തിലാണ് നടത്തപ്പെട്ടത്.

ഭൂമിയിലെ യാത്രികർക്ക് ഓർമായിൽ സൂക്ഷിക്കാൻ ഒരു നാഴികകല്ല്!

ഇന്ത്യൻ ജനതയെ സംബന്ധിച്ചിടത്തോളം തങ്ങളുടെ കർത്തവ്യവും...!

അന്ന് ഇവിടെ സന്നിഹിതരായ മനുഷ്യരുടെ ശരീരഭാഷകൾ കണ്ട പ്രകൃതി പോലും കണ്ണുനീർ പൊഴിച്ചിരുന്നു. ആഗോള ജീവജാലങ്ങൾ തത്സമയം അനുഭവിച്ചുകൊണ്ടിരുന്ന നോവിന്റെ നേർ ചിത്രമായിരുന്നല്ലോ അത്...

ഒരു രാഷ്ട്രം പ്രപഞ്ചത്തിന്റെ അറ്റകുറ്റപ്പണികളിൽ കൈ വെച്ചിരിക്കുന്നു!!!. അതിന്റെ പാർശ്വ ഫലങ്ങളായിരുന്നു മനുഷ്യരുടെ യുവശരീരങ്ങൾ പോലും പെട്ടെന്ന് രൂപം മാറിയ അകാല വാർദ്ധക്യം....!

പ്രകൃതിയുടെ സ്വത്വത്തിൽ കൈവച്ചിരിക്കുന്ന പെരുന്തച്ചന് സംഭവിച്ചത് കൈപ്പിഴയോ, ഹൃദയ കാഠിന്യമോ എന്നതായിരുന്നു ആ സമ്മേളനത്തിൽ അവതരിപ്പിക്കപ്പെട്ട ചർച്ചാവിഷയം. കോവിഡ് എന്ന പേരുള്ള ഉളിയുടെ ആവശ്യം എന്തായിരുന്നു അവിടെ? അത് ആകാശക്കീഴിലെ ജനഉടലുകളിൽ കൃത്യമായി വീണു തറഞ്ഞിരിക്കുന്നു....

പെയ്തു് അടങ്ങാത്ത രക്തച്ചൊരിച്ചിൽ...

80 ലക്ഷത്തിൽപ്പരം ജനങ്ങളുടെ ശവം അടക്കു കഴിഞ്ഞിട്ടും ലോകമെങ്ങും മുഴങ്ങുകയാണ് മൃത്യുവിന്റെ സംഗീതം...

'മെയ്ഡ് ഇൻ അൽപ്പായുസ്സ്," അങ്ങനൊരു അപകീർത്തി അന്താരാഷ്ട്ര തലത്തിൽ സ്വന്തമാക്കിയവരുടെ ഒരു പ്രത്യേക ഉത്പാദനമാണിത്! ഈ മുദ്രക്കാരുടെ വേലയിൽ അവശരായ ഇന്ത്യൻ രോഗികൾ നേരിയ ഒരു പ്രതീക്ഷ പുലർത്തുകയാണ്....

ഏയ്, ഇത് നമ്മളുടെ ജീവൻ എടുക്കുന്ന അന്തിമനാളുകൾ ആവാൻ സാധ്യത ഇല്ല. ജീവിച്ചു കൊതി തീരാത്ത ഭൂമിയിലെ ഏറ്റവും നല്ല കൂട്ടുകാർ ജനിക്കുകയായിരുന്നു ആ ആകാശച്ചുവട്ടിൽ...

വെറും രണ്ടു വാക്കുകൾ കൂടി ആ ആൾക്കൂട്ടത്തെക്കുറിച്ച് ചുരുക്കി കേൾപ്പിക്കാം.

ഇങ്ങനൊരു സാഹചര്യത്തിൽ ജീവിക്കുന്ന ജനതയെ ഒരു വ്യക്തി യാക്കി ചുരുക്കാതെ നിവൃത്തിയില്ലിവിടെ. അതാണ് ഭൂമിയിൽ മാറി വന്നിരിക്കുന്ന ഇന്നത്തെ സാഹചര്യം...!

ഏഷ്യൻ വൻകരയിൽ മഞ്ഞുമലകളെ വകഞ്ഞുമാറ്റി ജീവിക്കാൻ നൂതന കൃഷി ആരംഭിച്ച കരുത്തരുടേതാണ് ഈ സമ്മേളനം...!

മനുഷ്യരാശിയെ ചുരുക്കിയ നാമം കേൾപ്പിക്കാം ഇനി. ഇമ്പിച്ചീ!!

ഇമ്പിച്ചി കാഴ്ചയിൽ ഒരു കുത്തബ്മിനാറിന്റെ തലയെടുപ്പോ സ്വഭാ വത്തിൽ ഒരു പനിനീർപൂവിന്റെ നൈർമല്യമോ പ്രദർശിപ്പിച്ചിരുന്നില്ല. എങ്കിലും മല ഉയരം കയറി എന്തിനോ നിത്യവും ദിഗന്തം വീക്ഷിച്ചു കൊണ്ടിരുന്ന ഒരു വ്യക്തി - അദ്ദേഹം കയറി ഇറങ്ങിയ മലകൾ നൽകിയ മുന്നറിയിപ്പും മലകളുടെ ഭാഷയുമായിരുന്നു അദ്ദേഹത്തിന്റെ ഉൾകരുത്ത്! ഏതാനും ദിവസങ്ങൾക്കുമുമ്പ് അദ്ദേഹം തന്റെ രാഷ്ട്ര അഭിമാനമായ ഗിരിഗർഭത്തിൽ നോക്കി തുടിച്ച ഹൃദയസംതൃപ്തിയാകുന്നു തന്റെ സർവ്വ സഭാ സുഹൃത്തുക്കൾക്കും ഇന്ന് കൈമാറാൻ തീരുമാനി ച്ചിരിക്കുന്ന ആശാദീപം..!

വേദിയിലെ വൃദ്ധന്മാർ ഉത്സാഹഭരിതരായി.

കാരണം ചെറുതല്ല - ആകാശത്തിലെ സൂര്യനെ ഞങ്ങൾക്ക് പരിച യമില്ലെന്ന് ആരു പറയും...?

അത്തരത്തിലായിരുന്നു സമൂഹവുമായി അദ്ദേഹത്തിന്റെ ബന്ധം.

അകാലത്തിൽ പൊഴിയാൻ തുടങ്ങുന്ന ഇന്നത്തെ ഓരോ മനു ഷ്യർക്കും ആവശ്യമായ അമൃതുണ്ട് ആ മനുഷ്യന്റെ കരങ്ങളിൽ..! ചില നേരങ്ങളിൽ അദ്ദേഹത്തിന്റെ കരങ്ങൾക്ക് അസാധാരണമായി ഈ ഗോളത്തിന്റെ അങ്ങോളം നീളമെത്തി... ഇദ്ദേഹമാണ് പതിവു മലകയറ്റത്തിൽ ഇന്നലെ നമ്മുടെ വടക്കൻ മലയിൽ അപ്രത്യക്ഷ നായത്! അകാല വാർദ്ധക്യം ബാധിച്ചവർ പ്രതീക്ഷ കൈവിടരുത്. നമുക്ക് അദ്ദേഹത്തെ നഷ്ടപ്പെട്ടുകൂട. പ്രാർത്ഥനാഭരിതരാവുക. ഈ ശാരീരിക അവശതയിലും നാം അദ്ദേഹത്തെ കണ്ടെത്താൻ വേണ്ടി ഒത്തു പ്രവർത്തിക്കും. എനിക്കൊരു നേർത്ത ഊഹമുണ്ട്, അതു ഞാൻ നിങ്ങളോടു പങ്കുവെയ്ക്കാം. ഫലം കണ്ടെത്തിയാലും ഇല്ലെങ്കിലും നമുക്ക് പ്രവർത്തിച്ചല്ലേ ഒക്കൂ.

വരൂ സുഹൃത്തുക്കളെ, അങ്ങോർ നമ്മുടെ കശവൻ കുന്നിന്റെ താഴ് വാരയിലുണ്ട്...

സുരേന്ദ്രൻ പി.

1951 ജനുവരി ഒന്ന് കോഴിക്കോട് ജില്ലയിലെ കോട്ടൂളി ഗ്രാമത്തിൽ ജനനം. അച്ഛൻ പുളിക്കൽ ശേഖരൻ. അമ്മ കരിപ്പാകുളങ്ങ കല്യാണി. കോട്ടൂളി യു.പി.സ്കൂൾ, വെസ്റ്റ്ഹിൽ ചുങ്കം, മീഞ്ചന്ത എന്നിവിടങ്ങളിൽ ഹൈസ്കൂൾ പൂർത്തീകരിക്കാത്ത വിദ്യാഭ്യാസം. രോഗങ്ങൾകൊണ്ടും വിവിധ ആരോഗ്യ പ്രശ്നങ്ങളാലും കാഠിന്യമേറിയ ബാല്യം. ദീർഘിച്ച മുപ്പതു വർഷക്കാലത്തെ ദേശാടനത്തിൽ പട്ടാള മേഖലയോട് അനുബന്ധിച്ച കൂലി തൊഴിലാളി. വ്യാപാരി, ചെറുകിട വ്യവസായി. ഭാര്യ - ഇന്ദിര. മക്കൾ - പ്രിയ, പ്രശാന്ത്

പ്രസിദ്ധീകരിച്ച കൃതി

- വരകക്കാർ ഒരു സ്മൃതി

വിലാസം: ഇന്ദീവരം

പാതിരിപ്പറ്റ

കോഴിക്കോട് ജില്ല - 673507

Mob: 7025291415, 9645929756

സുരേന്ദ്രൻ പി.

കോവിഡ് കാല പിറവിയായ ഈ ഗ്രന്ഥരചനക്ക് സഹായഹസ്തം നൽകിയ മിസ്സീസ്സ്. ഡോ. നന്നാ ലുക്ക്മാനും കുടുംബത്തിനും പ്രത്യേകം നന്ദി രേഖപ്പെടുത്തുന്നു.

ഹൈന്ദവ ധർമ്മത്തിലെ ഒരു ശ്രേഷ്ഠമായ യാഗമാകുന്ന അഗ്നിഹോത്രം! ഭൂമിയുടെ ആഗോള നന്മയ്ക്കായ് ഒരു യോഗി നടത്തിയ ശ്രമംശ്ലാഘനീയമാണ്.......! ഒരു കാലഘട്ടത്തിന്റെ വിലാസമായ് ഈ യാഗം ലോകം സ്മരിക്കും

പി.എ. നൗഷാദ്
ലണ്ടൻ
17-08-24

അദ്ധ്യായം -1

പ്രഭാതം.

ഉറക്കം ഉണർന്ന വൃദ്ധൻ എഴുന്നേറ്റ് കിടപ്പുമുറിയുടെ ജാലകം തുറന്നു. മലയിൽ വിരിഞ്ഞ വിശ്വപുഷ്പത്തിന്റെ ഊഷ്മള കിരണങ്ങൾ ആ മുഖത്തു പതിഞ്ഞു..!

ചിലർ വെളിയിൽ പറയാൻ മടിക്കുന്ന അപൂർവ്വം ചില അനുഭവങ്ങൾ ഉണ്ട്. അവ ഒരു കുളിർതെന്നലേറ്റ സുഖാനുഭൂതിയിൽ ചില മുഖത്ത് സ്ഫുരിക്കും....!

അങ്ങനൊരു മുഖമാണ് ജാലകത്തിന്നരികിൽ പ്രത്യക്ഷപ്പെട്ടത്. അയാൾ അന്നത്തെ തെളിഞ്ഞ പ്രകൃതിയോട് മനസ്സാ പ്രാർത്ഥനയിലാണ്.

അകലെ നിന്ന് ലഭിക്കുന്ന പ്രകാശവും അരികിലെ അനുഭാവ്യ ചൂടുമാകുന്നു ഇമ്പിച്ചിയെ ഒരു കുഞ്ഞു ഗൃഹസ്ഥനായി നയിപ്പിക്കുന്ന രണ്ടു ഘടകങ്ങൾ... ഒപ്പം ഏതാനും വളർത്തു ജീവികളും മാത്രം. നിബിഡമായ ജീവിതം ഇന്ന് വളരെ നേർത്ത്പോയിരിക്കുന്നു...

ജാലകം തുറന്ന സ്വരം പുറംഭിത്തിയിൽ തട്ടി മുകളിലെത്തി.

മേൽക്കൂര വാസികളായ പ്രാവുകൾ ചിറകുകൾ കുടഞ്ഞു... വളർത്തു പൂച്ച അടുക്കളയിൽ തയ്യാറാകുന്ന പ്രാതൽ ഗന്ധം ഉപേക്ഷിച്ച് മുറിയിൽ പ്രവേശിച്ചു കഴിഞ്ഞു. തന്റെ മുതുകിൽ ഒരു പുലർകാല ലാളനം ആവശ്യമുണ്ടവൾക്ക്. ഇത്തരം കൊച്ചു കൊച്ചു വിവരണങ്ങൾ ഏറെ പ്രയാസങ്ങൾ അനുഭവിക്കുന്നവർക്കിടയിൽഅനാവശ്യമാകുന്നു.

കട്ടൻ ചായ എത്തി.

ഭാര്യാഭർതൃ ബന്ധങ്ങൾക്ക് ലോകമെങ്ങും സൗന്ദര്യം വ്യത്യസ്തമാണ്. അവർ പവിത്രമായ ഹൃദയപങ്കാളികൾ എന്ന നേർസാക്ഷ്യമാണ് ലോകം നിറഞ്ഞുകൊണ്ടിരിക്കുന്ന ലാളിത്യമാർന്ന ഇത്തരം കൊച്ചു ഭവനങ്ങൾ...! അവിടത്തെ തരംഗ വീചികൾ വളരുന്ന ലോകത്തിന് ലഭിക്കുന്ന ആഹ്ളാദവും.

ഇമ്പിച്ചി നാളിതുവരെ പത്നീസമേതം ജീവിച്ചു നേടിയ മൂല്യങ്ങളിൽ

ചുമ്മാ വിരൽ സ്പർശ്ശിച്ചിരിക്കുന്നു.... ചില ദിവസങ്ങളുടെ പ്രത്യേകതകളാകുന്ന ഇഴ അടുപ്പം കൂടിയ ചിന്തകൾ...

ആ കണ്ണുകൾ ചില സത്യങ്ങൾ നമ്മോടു പങ്കിടും. ആരേയും അന്യരാക്കാത്ത ചില സന്ദർഭങ്ങൾ പ്രകൃതിയുടെ സമ്മാനമാണ്! അവയിൽപ്പെടുന്ന ഇമ്പിച്ചിയിലൂടെ നാം ഇപ്പോൾ അനുഭവിക്കുന്ന ആ കരസ്പർശ്ശം.!

ഇദ്ദേഹം തന്റെ സഹധർമ്മിണിയെ കാലയവനികയിൽ വിടാൻ ഒരുക്കമില്ലാത്ത പരിദേവനങ്ങളാണാ ചുണ്ടുകളിൽ പിടഞ്ഞ മൗനം...!

കാഴ്ചകൾ ചിലത് പൗരുഷത്തോടെ പങ്കിടാൻ സ്വരം ഉള്ളിൽ കിടന്ന് രത്നത്തേക്കാൾ കാഠിന്യമേറേണ്ടതുണ്ട്... അതുകൊണ്ടു തന്നായിരുന്നീ മനുഷ്യന്റെ പിൻനോട്ടം നടന്നത്.

പത്നിയുടെ കുളിരേറ്റ ചർമ്മത്തിൽ നേർത്ത രോമ കൂപങ്ങൾ എഴുന്നു നിൽക്കുന്ന തരിതരിപ്പുകൾ കാണാം... പണ്ടിവളുടെ കപോല ചർമ്മം തുഷാര ബിന്ദുക്കളോളം സ്നിഗ്ധതയാർന്നതായിരുന്നു...

ഭൗതികനിക്ഷേപങ്ങളിൽ മുൾവിത്തുകൾ കാലേക്കൂട്ടി വേർതിരിക്കുക സാധ്യമല്ലൊരു മനുഷ്യജീവിതത്തിനും... പ്രകൃതിയുടെ വിശ്വസ്ത ബാങ്കല്ലെ മനുഷ്യ ശരീരം..! വാർദ്ധക്യത്തിൽ നിക്ഷേപ കാലാവധി പൂർത്തിയാകുന്നു. അപ്പോൾ പ്രായോജകന് മുതലും ലാഭവും ചേർത്ത് തിരിച്ചു നൽകുന്ന പദ്ധതി പഴക്കമുള്ളതാണ്. പ്രകൃതിയെന്ന ചാർട്ടേട് എക്കൗണ്ടന്റിന് ഇമ്പിച്ചിയുടെ സ്തുതി. പക്ഷെ, ഒരിക്കലും ഇവളുടെ അകാലവാർദ്ധക്യത്തോടു സന്ധിയില്ല...!

നിന്റെ കൊച്ചുമകൻ എഴുന്നേറ്റില്ലെടി ഇപ്പോഴും? കെട്ടിയവന്റെ ചോദ്യം.

ഇല്ല. ശീലം മാറ്റുന്നില്ലവൻ, പാതിരാവോളം വായനയാണ്. ആർക്കറിയാം വായിച്ചു വായിച്ചിവൻ ഒരു കസ്തൂരിമാനാകില്ലെന്ന്!

നാട്ടുമ്പുറത്തിന്റെ മാടമ്പിത്തം കളയില്ലിവൾ. കൊച്ചു മകനുവേണ്ടി കേൾപ്പിച്ച വക്കാലത്തിൽ കല്ലുകടിച്ചിരിക്കുന്നു...

ദൈവമേ ഇവളോടെനിക്കു ദേഷിക്കാൻ വയ്യല്ലൊ, അറിയാമൊ ഇവൾക്ക് വായിച്ചാൽ ലഭിക്കാത്ത വിവേകവും, കസ്തൂരിമാനിന്റെ നരകം പിടിച്ച ഓട്ടത്തിന് പിന്നിലെ രഹസ്യവുമൊക്കെ. അങ്ങ് തന്നെ ഇവളോട് പൊറുക്കുക. ഞാനിന്ന് അവളുടെ പരിചാരകൻ മാത്രം.

ഇമ്പിച്ചി പ്രഭാതം കൈയിൽ വാങ്ങി ചുണ്ടോട് അടുപ്പിച്ചു...

തുറന്നിട്ട ജാലകത്തിലൂടെ പുറംലോകം കാണാം...

മഞ്ഞിൽ നനഞ്ഞ കിഴക്കൻ മലകളുടെ മുഖം തെളിഞ്ഞു തുടങ്ങി. കർഷക വാഹനങ്ങളും ക്ഷീരോൽപ്പാദകരും ചെറുകിട വ്യവസായികളുമൊക്കെ ദിവസത്തിന്റെ പുതിയ ഭാഗമായിരിക്കയാണ്.

വടക്കൻ മലയോരത്തിന്റെ പ്രഭാത കാലാവസ്ഥ പറഞ്ഞാൽ

പണ്ടേ തണ്ടപ്പേറിയതാണ്. ഇമ്പിച്ചിയുടെ കാളകൾ തൊഴുത്തിൽ അയവിറക്കിന്റെ സുഖം നുകർന്നു. അവർക്കറിയാം, ഇനിയും രണ്ടു നാഴികകൾ കൂടി അമർന്ന് കിടക്കാം. ഗ്രാമത്തിന്റെ പല തോട്ടങ്ങളിൽ വിളഞ്ഞ കാർഷികോത്പന്നങ്ങളുമായി അഞ്ചുപത്തു കർഷകരെങ്കിലും വന്ന് വണ്ടി നിറയ്ക്കും. അവയുടെ പേരും ഉല്പ്പന്നങ്ങളുടെ അളവും കുറി ച്ചിടുവാനുള്ള നോട്ട്ബുക്കും, പെൻസിലും വരാന്തയിലെ മേശപ്പുറത്ത് തയ്യാറാണ്. ആ ജോലി പതിവുപോലെ ഇന്നും ഉണിച്ചിര തുടരുന്നു. എന്നിട്ടു വേണം അങ്ങോർക്ക് ഏഴു മൈൽ അകലത്തെ വലിയ ചന്ത യിലോട്ടുള്ള യാത്ര തുടങ്ങാൻ.

നേരം ഏറെയായിട്ടും ഉണരാത്ത കൊച്ചുമകൻ ജീവിക്കുന്ന ദുഷിച്ച കാലഘട്ടത്തേയും ഇവന്റെ വ്യത്യസ്ഥമായ ജീവിതചര്യയേയും വിശേഷത നിറഞ്ഞ പഠനമുറയേയും പരിചയപ്പെടുത്തുന്നുണ്ട് ഇമ്പിച്ചി നമ്മളെ.

അവന്റെ പഠനമേഖലയെക്കുറിച്ചു പറഞ്ഞാൽ ചിലർക്കെങ്കിലും മനസ്സിന് അസ്വാസ്ഥതയേകുന്നതാണ്. മൺമറഞ്ഞവരുടെ ആത്മാ വുമായുള്ള സമ്പർക്കവും, നിദ്രയെ അതിന്റെ ഉള്ളറയിൽ പ്രവേശിച്ച് കാണ്മാനും കേൾക്കാനും കഴിയുമ്പോൾ നേടാവുന്ന അപാരതയെക്കു റിച്ചാകുന്നു അവന്റെ പഠനം..! നാട്ടുമ്പുറത്തുകാരന്റെ ഈ രഹസ്യ പഠന മൊന്നും വെളിയിലാരും കേട്ടുകൂട. നാണക്കേട്. ചിരിയുടെ സാമാന്യ അർത്ഥം അറിയുന്ന കൂട്ടത്തിലായിരുന്നു ഇമ്പിച്ചി... തങ്ങളുടെ പുത്രി തുല്യം വീട്ടിൽ വളരുന്ന ഗോമതിയോട് അവന്റെ പഠനമുറയിൽ നമ്മൾ അനുഷ്ഠിക്കേണ്ട രീതികൾ വളരെ വ്യക്തമാക്കി കൊടുത്തിട്ടുണ്ടവർ.

അഭിമന്യുവിന്റെ മുത്തച്ഛനും അമ്മാമയും ഗോമതിക്കും മുത്തച്ഛനും അമ്മാമയുമാണ്. ഇതിന്റെയൊക്കെ ഭാഗമായാണ് അവന്റെ പഠനമുറി നിറഞ്ഞു കൊണ്ടിരിക്കുന്ന കട്ടിയേറിയ റഫറൻസ് ഗ്രന്ഥങ്ങൾ.

നാട്ടുനന്മകളുടെ അന്ത്യഘട്ടത്തിലൂടാണല്ലോ ഇമ്പിച്ചിയെന്ന വൃദ്ധന്റെ യാത്ര. കൊച്ചുമകനാണെങ്കിൽ ഘോരവനത്തിൽ അകപ്പെട്ട് ദിക്കുകൾ അറിയാതെ അലയുന്ന യാത്രികനാകുന്നു... വൃദ്ധൻ അനുഭവിച്ച ഒരു കാലഘട്ടത്തിന്റെ സർവ്വമേഖലകളും അന്ത്യഘട്ടത്തിലായിരിക്കുന്നു. ഇനി പുതിയ അനുഭവങ്ങളുടെ തുടക്കമായി. ദേശത്തിന്റെ തനിമ സംര ക്ഷിക്കാൻ പ്രയത്നിക്കുന്നവർ മണ്ടൻമാർ..! ഒരു ദിവസമേ പുതുമക്ക് ഭൂമിയിൽ ആയുസ്സുള്ളൂ. മനുഷ്യൻ എന്ന ഉത്സാഹിയുടെ ഓട്ടം അത്ര മുമ്പിലാണിന്ന്. പുതുമ എന്ന ആവർത്തനം ആലംബമില്ലാതെ തുടരും.

ഇന്നു പ്രഭാതത്തിൽ ജാലകം തുറക്കവെ വൃദ്ധന്റെ കണ്ണുകളിൽ തറച്ച സൂര്യരശ്മികൾ വ്യത്യസ്തമായിരുന്നു. കുഞ്ഞുംനാളിലെ കൂട്ടുള്ള തന്റെ ഇഷ്ട്ടക്കാരിയുടെ ദർശനമായിരുന്നു ഉള്ളിൽ പ്രവേശിച്ചത്..! അപ്പോൾ തന്നെ കണ്ണുകൾ പിൻവാതിലിനു നേരെ ഒരു തിരിഞ്ഞുനോട്ടം നടത്തുക യും ചെയ്തു. എന്തായിരുന്നെന്നൊ ആ തിരനോട്ടത്തിൽ ഒളിഞ്ഞു കിടന്ന

രഹസ്യം, അതൊരു പൊതുഅപേക്ഷയായിരുന്നു. സഹ്യാദ്രിയുടെ മാറിൽ തന്റെ സംഭാവനയായ അയ്യായിരത്തിൽപരം വൃക്ഷ സന്തതി കളെ, നിങ്ങൾ ഈ വരുന്ന വനിതക്ക് നിഷ്കാമം തണലേകി അവളുടെ നിലവിലെ ജീവിത ദൈന്യതകളോട് ഹൃദയം തുറന്ന് സംവദിക്കുക..! ഞാൻ പിറകെ എത്താം.

ഇമ്പിച്ചി പ്രാർത്ഥനാ നിർഭരമായ മിഴികൾ തുറന്നു.

അയ്യയ്യേ...! ഇത്രയും വൃക്ഷങ്ങളുടെ മാതാവായിട്ടും ഇഷ്ട്ടക്കാരിയിൽ തന്റെ ചട്ടുല വികാരം ശമിച്ചില്ലേ ഇമ്പിച്ചി. നിനക്കു വയസ്സെത്രയായെ ന്നാ വിചാരം? ശ്ശി... ശ്ശി... ലജ്ജാകരം.

ആഗ്രഹങ്ങളെ വയസ്സ് ബാധിക്കുന്നില്ല സുഹൃത്തേ, കാമുക ഹൃദ യത്തിൽ കുടികൊള്ളുന്ന പരിഷ്കാരമാണീ വികാരം...! അതിനെ ക്രൂശിക്കുന്ന കുന്തമുനകളാണ് സമൂഹം. മാത്രമൊ, നേരറിഞ്ഞ മനുഷ്യ പിറുപിറുപ്പാണ് വാർദ്ധക്യം അഥവാ മൗനം. സമൂഹം നേരറിയാത്ത ബഹളവും....!

നോക്കു ശിവാനീ, നമുക്കു കാലത്തിനു മുമ്പെ സഞ്ചരിക്കാം. പക്ഷെ അശനിപാതം നമ്മളെ വഴി മുടക്കുന്നതു കാണുന്നുണ്ടല്ലൊ നീ. ഇല്ലേ...?

ഉവ്വ്. യാഥാർത്ഥ്യമറിയുന്ന അവൾ എതിർത്തില്ല. സ്വന്തം വിയർപ്പാ ലും കണ്ണുനീരാലും കുഴച്ച ചേടിമണ്ണാകുന്നീ ദൗർഭാഗ്യവതിയുടെ ശരീരം. എന്റെ പ്രിയമുള്ളവന്റെ ഏതു തീരുമാനങ്ങൾക്കും സ്വാഗതം.

ക്രൂശിക്കുന്ന കുന്തമുനകളുടേതായിരുന്നു ആ കാലഘട്ടം...

എന്നിട്ടും ഞങ്ങൾ ഉറക്കി കിടത്തിയ മൃദുലവികാരം ശിശുവിനെ പോലെ ഉറങ്ങിയെങ്കിലും എത്രയോ പാതിരാവുകളിൽ ഞെട്ടി ഉണർന്ന് ആർത്തു കരഞ്ഞു. വീണ്ടും ശ്രമം തുടർന്നിരുന്നെങ്കിലും ലക്ഷ്യത്തിലേ ക്കുള്ള വഴികൾ ഏതോ അജ്ഞാതശക്തി തടഞ്ഞുകൊണ്ടേയിരുന്നു. കാലം എന്നും ഞങ്ങൾക്ക് എതിരെ ആയിരം കൈകളുമായി തുഴഞ്ഞു. സാധാരണക്കാരായ ഞങ്ങൾക്കീ സമുദ്രം താണ്ടാൻ രണ്ടു കൈകളല്ലെ ഉള്ളൂ...

പാവനമായ ഒരു ജീവിതം സ്വപ്നം കണ്ടവർ അതിന്റെ ഉച്ചിയിലോട്ടു കയറി മാനത്തിലോട്ടു കരങ്ങൾ ഉയർത്തുക മാത്രം ചെയ്തു... പ്രണയ ഉയരങ്ങളിൽ എന്തെല്ലാം ഒളിഞ്ഞിരിപ്പുണ്ടെന്നോ...? ഓരോ വ്യക്തിയും ജീവിച്ച ബഹള വീഥികളിലേക്ക് ധൈര്യമായ് ഒന്ന് ഇറങ്ങിവന്നാൽ മതി. സഫലമാകാത്ത കുറേ രഹസ്യമോഹങ്ങൾ എന്തിനോ പുതുമയിൽ വിടർന്നു നിൽപ്പുണ്ട് അവിടെ....

വൃദ്ധൻ 20-ാം നൂറ്റാണ്ടിന്റെ മദ്ധ്യത്തിൽ നിന്ന് 21-ാം നൂറ്റാണ്ടി ലേക്ക് യാത്രപോയ ഒരു സാധാരണ പഥികനായിരുന്നു. രണ്ടാം ലോക മഹായുദ്ധത്തിൽ നിന്ന് മനുഷ്യർ പതിയെ സമാധാന പതാക പാറിച്ചെങ്കിലും മൂന്നാം ലോക മഹായുദ്ധത്തിന്റെ വെടിയൊച്ച അന്നേ

ഇയാളുടെ ഉള്ളിൽ ഉണർന്നു തുടങ്ങിയിരുന്നു. മനുഷ്യരാശിക്ക് വ്യത്യസ്ത മായ പോരുകളിൽ നിന്ന് മോചനമില്ല. ഇടവേളകൾ മാത്രം ലഭിക്കും. അത് ആയുസ്സിന് ലഭിക്കുന്ന പ്രകൃതിയുടെ പരിഗണനകളാകുന്നു. അതുകൊണ്ട് എങ്ങും ഒളിച്ചോടാതെ ഇവിടെ തന്നെ ജീവിച്ച് തീർക്കുക.

നമ്മളുടേത് പാവനമായ ഒരു മനുഷ്യ കുലം. ഈ ബോധപ്പകർ ച്ചയായിരുന്നുഎന്നും എന്റെ കുടുംബ മതം. ഇങ്ങനൊരു ഗ്രഹ പാഠ വളർച്ചയിലാണിന്നും ഇമ്പിച്ചി എന്ന സ്വരൂപം.

അതുകൊണ്ടുള്ള സംതൃപ്തി താൻ അറിയാതെ നാൾക്കുനാൾ ഉള്ളിൽ വളർന്ന സൗന്ദര്യമായിരുന്നു ഇമ്പിച്ചിയെന്ന സ്വരൂപം. കുലീനമായ ഒരു താളത്തിൽ ജീവിതം തുടരാൻ വഴികൾ ഏറെയുണ്ടെന്ന ബോധം വളർന്നതോടെ തൊഴിലും വഴികളും മാറിമാറി സഞ്ചരിച്ചവൻ ഇന്ന് പ്രേയസിയെയാണ് ആ പുഴക്കരയിൽ കാത്തുനിന്നത്.

മനോഹരമാണ് അയാളുടെ കാത്തു നിൽപ്പ വീഥി.

പുറത്തു ശക്തിയായ മഴപെയ്യുന്നുണ്ടായിരുന്നു. അന്നൊക്കെ ചിങ്ങമാസം പിറന്നാൽ നിറഞ്ഞൊഴുകുന്ന പുഴയോരത്തിൽ കക്കനീ റ്റലിന്റെ കാലമായി. വെളുത്ത പുക ആകാശമുയരും. ഇമ്പിച്ചിയുടെ നായികക്ക് മഴ കാരണം നേരത്തെ അവർ കണ്ടുമുട്ടാൻ നിശ്ചയിച്ച സ്ഥലമെത്താൻ സാദ്ധ്യമായില്ല. തലയിലെ മൺപാത്ര ഭാരം ഇറക്കി വെച്ച് നിന്നത് കക്കനീറ്റുന്ന ഒരു ചൂളപുരയുടെ ഇറയത്തിലായിരുന്നു. മഴയേറിയപ്പോൾ പുഴയിൽ നീർനായകൾ മുങ്ങിയും പൊങ്ങിയും ക്കുക്കിവിളി ച്ചാറാടുന്നത് കാണാം. അപ്രതീക്ഷ മഴയിൽ നിന്ന് മോചനം നേടാനുള്ള ബദ്ധപ്പാടിലായിരുന്നു ഇമ്പിച്ചിയും. ഇരുവരും സന്ദർഭവ ശാൽ ഒരേ ചൂളപ്പുരയിൽ എത്തിക്കഴിഞ്ഞിരുന്നു. ആഞ്ഞുവീശുന്ന കാറ്റ് അവളുടെ ദേഹം മഴ നനയ്ക്കുന്നുണ്ട്. അവൾ ഇമ്പിച്ചിയുടെ ദേഹത്തോടു ചേർന്നു നിൽക്കവെ പറഞ്ഞു: വയ്യ, ഈ ഇറയം പോലും നമുക്കൽപ്പം ചേർന്നു നിൽക്കാൻ ഭാഗ്യം അനുവദിക്കുന്നില്ലല്ലൊ ഇമ്പിച്ചീ... ആറ്റിലൂടെ നീങ്ങുന്ന ഒരു കെട്ടുവള്ളം നോക്കിയായിരുന്നു അവൾ പരിഭവം പറഞ്ഞത്. അവൾ പെട്ടെന്ന് ദേഹ അകലം പാലിച്ചു.

നാം എവിടേക്ക് ചലിച്ചാലും ചിലന്തിവലയിൽ പെടുന്നു. എങ്ങും ചിലന്തിവല. ആരും ഇവളുടെ ദേഹം സ്പർശിക്കരുതെന്ന ദൈവിക ജ്വലനമുണ്ടോ ശിവാനിയുടെ ദേഹത്തിൽ?

ഉണ്ടാവാം ശിവാനി, അതാണല്ലോ കടന്നുപോയ ആറ്റുവഞ്ചി സൂചി പ്പിച്ചത്. നീയെന്ന സൗന്ദര്യധാമത്തെ കണ്ടുമുട്ടും മുമ്പെ നിന്നെ മോഹിച്ചു തുടങ്ങിയ കുശവനാണാ പുഴയെ കുത്തിനോവിച്ചു പോയ വള്ളക്കാരൻ...

പ്രകൃതിയിലെ നന്മയേറിയ തോരണം എന്നു വിശേഷിപ്പിക്കാൻ തോന്നിയ ചിങ്ങ മഴയായിരുന്നു നാം അനുഭവിച്ചത്...

ഈ പെരുമഴയിലും പെൺശരീരം ഒരു തരിപോലും നനയാത്ത

മരുഭൂമി തന്നെ... ദൗർഭാഗ്യവതി. എന്ന് ഹൃദയം വഹിക്കുന്ന ലക്ഷ്യം പൂവണിയാതിരിക്കുമോ, അന്ന് ഇവളുടെ ജീവിതം ഭൂമി കണ്ട ഏറ്റവും വലിയ പനിനീർ മലർവാടിയായിരിക്കും.....!സന്ദർഭം ഇന്നു പ്രതികൂലമെങ്കിലും അവൾ തരളഹൃദയയായ് ഇമ്പിച്ചിയെന്ന ഹൃദയത്തിലെ പൊൻ പ്രതിഷ്ഠയിലോട്ട് നോട്ടമയച്ചു...

ചൂളയിൽ നിന്ന് ഉയർന്ന പുക വായുവിൽ ചിതറിയതോടെ പരസ്പര കാഴ്ചക്ക് തടസ്സം സൃഷ്ടിച്ചിരുന്നു. ഇരുവരുടെയും കണ്ണുകൾ നീറുന്നു.. ചൂട് അസഹ്യം. പുറത്ത് മഴ കോരിചൊരിയുകയാണ്...

ഒരു ചൂളയിൽ ചുണ്ണാമ്പാവാൻ തുടങ്ങിയ രണ്ട് പ്രണയ ശരീരങ്ങൾ. പെട്ടെന്നാണ് ഇമ്പിച്ചി ഒരു കാഴ്ച കണ്ടത്. കടന്നുപോയ കെട്ടുവള്ളം തിരിച്ചു വരുന്നു.......!

എന്തായിരിക്കാം ആ മനുഷ്യന്റെ തിരിച്ചു വരവിന്റെ ഉദ്ദേശ്യം.....? ഒരു ഭീകര ചീങ്കണ്ണിയുടെ പ്രതീതി ജനിപ്പിച്ചിരുന്നാ വരവ്...

ആ നിമിഷം ശിവാനി എന്നിലേക്കയച്ച വിഹ്വലമായ നോട്ടത്തിൽ ഒരു പേറ്റു നോവിന്റെ ചോര പൊടിഞ്ഞിരുന്നു...

നാളെ ഈ വിവാഹിതൻ സ്വർഗ്ഗത്തിലോ നരകത്തിലോ ചെന്നു പതിക്കട്ടെ. അവിടുന്ന് വല്ലവരും താൻ ഭൂമിയിൽ ചെയ്ത നന്മകൾ തിരക്കിയാൽ ശിവാനിയെ പ്രണയിച്ചെന്നു പറയും. ആ ധൈര്യം ഒരു ചീങ്കണ്ണിക്ക് മുമ്പിലും ജനിപ്പിച്ചായിരുന്നു ആ

വേണ്ട ഇമ്പിച്ചി, എന്റെ ആലപിച്ചു തീരാത്ത കാവ്യമാവുക നീ... നിന്റെ നിസ്സഹായ കടാക്ഷം എനിക്കു വേധിക്കുക സാധ്യമാണോ? രാവില്ലാത്തവർക്ക് ദിവാ സ്വപ്നമെങ്കിലും വേണം ജീവിക്കാൻ... കുലാല, ഇവൾ ശിരസ്സിൽ പുത്തൻ ഭാരം ഇറക്കാതെ ജീവിക്കും.......! എങ്കിലും എന്റെ ജീവന്റെ ജീവനായ പൊന്നൊരു സത്യമറിയണം. ഈ സ്ത്രീ ശരീരത്തിനു വേണ്ടി അഞ്ചു പുരുഷാവകാശികൾ നിരന്തരം വിവാഹമത്സരം തുടരുകയാണ് കുടുംബത്തിൽ! അവരെ നമുക്ക് എല്ലാ വഴികളിലും കാണാം. ആറാമനാകുന്നു വിവാഹിതനായ താങ്കൾ! ആ അഞ്ചു പ്രണയാന്ധർക്കു മുമ്പിൽ നിസ്സഹായനാണ് താങ്കൾ. - വേണ്ട, നിനക്ക് ഞാനുള്ള കാലം വരെ ഒരാപത്തും അവരിൽ നിന്ന് സംഭവിക്കരുത്. നാളെ ഇവളുടെ ദേഹം ഒരു നീണ്ട മൺകൂനയായ് മാറിയാലും അതിനുള്ളിൽ കിടന്ന് ഞാൻ നിനക്കായി പ്രാർത്ഥിക്കും, ഈ പുഴയൊഴുകും ഗ്രാമത്തിൽ എനിക്കൊരു ജന്മംകൂടി നൽകേണമേ നിനക്കൊപ്പമെന്ന്...

ദേ, നോക്ക് - ആയിരം നാക്കുള്ള നാടിന്റെ വഴി പോക്കർ വരുന്നുണ്ട്. നമുക്ക് അവരുടെ ദൃഷ്ടിയിൽ നിന്ന് അകലേണ്ടിയിരിക്കുന്നു. പിന്നെ കാണാം.

അദ്ധ്യായം - 2

ഒരു രാജ്യം തങ്ങളുടെ പ്രകൃതിദത്തമായ ഉത്പന്നങ്ങളിലാകുന്ന കരുത്തർ. കയറ്റമതിയും ഇറക്കമതിയും താമസിയാതെ വിപുലമായിക്കൊണ്ടിരിക്കും.ചില കാര്യങ്ങളിൽ മനുഷ്യരും രാഷ്ട്രവും മേൽപറഞ്ഞ തത്വത്തിൽ നിന്ന് വ്യത്യസ്തരല്ല.

ഇവിടെ ഒരാൾ സ്ഥലം ചുടല സൂക്ഷിപ്പകാരനാണ്. അദ്ദേഹത്തോട് സംശയ നിവാരണം നടത്തുന്ന ഒരു ദേശ പൗരനെ കേട്ടുനോക്കു;

-ങ്ഉം, എന്തുപറ്റി, ഇന്നലെ എത്തിച്ച ജഡം ഇന്നു വെളുപ്പിനും വെള്ള പുതച്ച് കിടപ്പാണല്ലോ തറയിൽ? ഉത്തരം ലഭിച്ചു.

ദേഹം ചൂടാറണ്ടേ...

അരികിൽ ചെന്നു നോക്കിയപ്പോൾ കണ്ടു, ജഡം കണ്ണു തുറക്കുന്നു!! ഈ രോഗത്തെ ഭൂമിയിൽ തുറന്നു വിട്ട വിഡ്ഢി ദൈവത്തിന് മനുഷ്യാവസ്ഥവരാതിരിക്കട്ടെ...

ചില അപൂർവ്വ അനുഭവങ്ങൾ വ്യക്തികളിൽ പെട്ടെന്ന് മരിക്കുന്നില്ല.

ഈ അനുഭവം കോവിഡ് കാലഘട്ടത്തിൽ ഇന്ത്യയിലെ ഒരു ഹരിശ്ചന്ദ്രന്റേതായിരുന്നു...

ഇമ്പിച്ചിയുടെ കൊച്ചുമകൻ പുതിയ ദിവസം തുടരും മുമ്പേ സ്മരണകൾ ഓരോന്നായ് അയവിറക്കി. ഇപ്പോൾ അദ്ദേഹം മൺമറഞ്ഞു പോയവരുടെ ആത്മാവുമായ് സമ്പർക്കത്തിനോ നിദ്രയുടെ ഉള്ളറയിൽ പ്രവേശിച്ച പരീക്ഷണം തുടരാനോ തുനിയുന്നില്ല. വേരറ്റുപോകുന്ന മനുഷ്യരാശിയുടെ തീവ്രമായ വേദനയിലാണ് പുളഞ്ഞു മറയുന്നത്...

മുത്തച്ഛന്റെ നിർദ്ദോഷമായ ഭീഷണി കേൾക്കാം അപ്പുറത്തുനിന്ന്.

നിന്റെ കൊച്ചുമോനിന്ന് വയസ്സ് പതിനേഴായി. ഓർത്തോളൂ നീ. കുതിര നിന്നേടത്തുതന്നെ നില്പാണ്!

ഇത്തിരി നിൽക്കട്ടേന്ന് - സവാരിക്കാരി പുറത്തേറിയാൽ നോക്കിക്കോളൂ നിങ്ങൾ, കാണാം അവന്റെ കുതിപ്പ്... ഇല്ലേടി മകളെ?

അമ്മാമയാണ് ഇന്ന് മുത്തച്ഛന്റെ അനാവശ്യമായ പിരിമുറുക്കം മാറ്റികൊടുത്തത്. മൂവരും ചേർന്ന് വരാന്തയിൽ കത്തിച്ച പൂത്തിരി

അണഞ്ഞിട്ടില്ല.

എന്തിനാഹെ, നിങ്ങൾ ഇത്രയും ധൃതിവെയ്ക്കുന്നത്? നമ്മുടെ മകൾക്കും അവളുടെ കെട്ട്യോനുമറിയില്ലേ ഈ വീട്ടിൽ വളരുന്ന രണ്ടു കുഞ്ഞുങ്ങളുടെ വളർച്ചയും യോഗ്യതയുമൊക്കെ?

ആവോ, അലോസര ഭാവത്തിൽ ഇമ്പിച്ചി സ്വയം പതം ചാഞ്ഞിരിക്കുന്നു. ഇവൾക്കറിയില്ലല്ലോ ഈ കാലഘട്ടത്തിന്റെ നാഴികക്ക് നിമിഷങ്ങൾ കുറഞ്ഞുപോയ കഥയൊന്നും...

ഇവന്റെ പ്രായത്തിൽ നിന്നെ ഞാൻ കെട്ടിയിട്ടുണ്ട്. ഓർക്കുന്നുണ്ടോടീ നീ...

ഓർക്കുന്നുണ്ടേ... ഉണിച്ചിര ഇപ്പോൾ ഒരു നിശ്വാസത്തോടെ പഴയ ഓർമ്മകളിലാണ്. ഓർമ്മകളിലെ ബഹളം മധുരമായിരുന്നു.

ഉണിച്ചിരക്ക് നാണം ജനിക്കുകയായി...

ഇങ്ങേരെ അലട്ടിയ ആശയം ഉണിച്ചിര മനസ്സിലാക്കിയിരിക്കുന്നു. തന്റെ ചിന്ത ശരി തന്നെയോന്ന് മുൻപിൻ ചിന്തയില്ലാത്ത ചട്ടമ്പിയാണവൾ. അതുകൊണ്ടാ അൽപം തെളിച്ചത്തോടെ അങ്ങ് പറഞ്ഞത്.

നിങ്ങൾ വിഷമിക്കരുത്. കൊച്ചിമ്പി ഗോമതിയെ കെട്ടിയില്ലേലും ഗോമതി അവന്റേതാണ്... അവർ ഇരുവരും രണ്ടു ധ്രുവങ്ങളിലല്ല ജീവിക്കുന്നത്.

ആണോ........?

എന്താ സംശയം?

എങ്കിൽ സന്തോഷം.

പെട്ടെന്നു കേൾക്കാം വാത്സല്യനിധിയായ മുത്തച്ഛന്റെ അപസ്വരം.

ഉദിച്ചില്ലേടാ നിന്റെ ആസനത്തിൽ വെയിൽ. എഴുന്നേക്കെടാ കഴുവേറീ അവിടന്ന്.

ഇനി ഭാഷക്ക് സൗന്ദര്യം ഏറും... ഉടൻ എഴുന്നേറ്റ് കല്ലുവെട്ടു കുഴിയിലോട്ടു മുങ്ങുക. അന്നൊക്കെ പ്രാഥമിക ആവശ്യം നിർവഹിച്ച ഇടമായിരുന്നു കല്ലുവെട്ടു കുഴി. തിരിച്ചുവരുമ്പോഴേക്കും മുത്തച്ഛൻ തണുത്തിരിക്കും...

വൃദ്ധൻ ഇന്ന് പ്രഭാതത്തിൽ ചിന്തിച്ചുകൊണ്ടിരുന്ന വിഷയം ഗൗരവമേറിയതായിരുന്നു. കെട്ട്യോൾ കൊച്ചുമകനെകുറിച്ച് നടത്തിയ വെളിപ്പെടുത്തൽ ശരിയല്ലെന്ന് അറിയാം... അവന് ഗോമതിയോടുള്ള അടുപ്പക്കുറവ് താൻ നേരത്തേ മനസ്സിലാക്കിയ വിഷയമാണ്. ഇതൊന്നും കെട്ടിയവൾക്ക് അറിയില്ല.

പഴമക്കാർ തുടരുന്ന വിശ്വാസം തന്റേയും പ്രമാണമാണ്. എന്നാൽ പുതിയ തലമുറ അതല്ല. ഏറെ വേദനയോടെയാണ് കൊച്ചുമകനിലൂടാ

സത്യം അയാൾ ദർശിക്കുന്നത്......

മധുവുണ്ണും പ്രായം അതു നുകരാനൊരു പൂങ്കുല കണ്ടെത്താത്ത ശലഭം..! അവനെ പാദം മുതൽ ശിരസ്സുവരെ വീണ്ടും നിരീക്ഷിക്കാനുള്ള ത്വര എന്തിനോ ഏറുകയായി വൃദ്ധനിൽ...

ഇമ്പിച്ചി കാത്തിരുന്ന കൊച്ചു മകനെ. ഇങ്ങു വരട്ടെ അവൻ. വല്ലപ്പോഴുമേ എനിക്കവനെ കൺനിറയെ കാണ്മാൻ കിട്ടുന്നുള്ളു. ചുണ്ടിനു മേൽ രോമം കിളുർത്തതോടെ സഞ്ചാരം കൂടി.

ഒന്നു നിന്നേടാ മക്കളവിടെ.

ആൾ അകത്തോട്ടു കയറാൻ ധൃതി വയ്ക്കവെയായിരുന്നു മുത്തച്ഛന്റെ കല്പന വന്നത്. കൊള്ളാമല്ലൊ ഇവന്റെ മെലിഞ്ഞ പഴുതാര മാർക്ക് മീശ... പറഞ്ഞില്ല. അതിന്റെ മിനുക്ക് പണി മറയ്ക്കാൻ പ്രയാസപ്പെടുന്നുണ്ടവൻ...

നിന്റെ ആസനത്തിൽ തുമ്പപ്പൂ വിരിഞ്ഞുവേണോടാ നമ്മുടെ മുറ്റത്ത് അത്തപ്പൂവിടാൻ?

കോളടിച്ചത് ഗോമതിയാണ്. തന്റെ പിന്നാലെ നടന്ന് പരാമർശിക്കാൻ പറ്റിയ ആശയം കിട്ടിപ്പോയവൾക്ക്... ഓരോ രക്ഷിതാവിനും അറിയാം, തന്റെ കുഞ്ഞു രൂപപ്പെടാൻ ആവശ്യം വേണ്ട ഭാഷയിലെ ചൂടും കുളിരുമൊക്കെ...

ഇമ്പിച്ചി ചില സാമുദ്രീക ലക്ഷണങ്ങൾ അറിവുള്ള വ്യക്തിയായിരുന്നു. അതുകൊണ്ടായിരുന്നു ചെറുതായൊന്ന് പിന്നോക്കം ഓർത്തത്, അല്ലെങ്കിൽ അയവിറക്കൽ അദ്ദേഹത്തിന്റെ ഈയിടെയുള്ള വിനോദമാണ്. ഇവനെ കുഞ്ഞുംനാളിൽ എത്ര ഭംഗിയിൽ ഉടുത്തൊരുക്കിയാലും പ്രയോജനമില്ല. ആ കുഞ്ഞു വഹിക്കുന്ന ഹൃദയം കാട്ടുകൊമ്പന്റേതാണ്. മണ്ണിളക്കി അതിന്റെ പച്ച ഗന്ധത്തിൽ നിർവൃതി കൊണ്ടുവേണം പ്രയാണം. ഈ കുരുന്നിന്റെ ഉരുണ്ടു കളിക്ക് ഇടയിൽ അവന്റെ കുണ്ടിക്ക് നൽകേണ്ട തൽസമയ സമ്മാനമുണ്ടല്ലോ, എന്നിലുയരുന്ന ആത്മരോഷം കാണേണ്ട താമസം, ചെക്കൻ മുള്ളൻപന്നിയുടെ അവതാരമെടുക്കും. അതാ കുടഞ്ഞോടിയല്ലോ കിഴക്കോട്ട്!

ഡാ... അവിടെ നിൽക്കാൻ...

വഴിയോരത്തിൽ കണ്ടു നിന്ന് ചിരിതൂകിയവരോടു പറഞ്ഞു: നാലാം വയസ്സല്ലേടോ, നട്ട പ്രാന്താ ചെക്കന്.

ഉവ്വ്. സമ്മതിച്ചിരിക്കുന്നു.

അതാ ആ വേട്ടു തുങ്ങിയ വൃക്ഷ മറവിലുണ്ട് മുതൽ. എന്താണാവോ മുകളിലത്തെ കാഴ്ച?

വാടാ ഇങ്ങോട്ട്.

തുണിയില്ലാതവൻ ഓടി എത്തി. അന്നു മുതലാണ് ഇവന് ധരിക്കാൻ പട്ടയുള്ള ട്രൗസറിനെക്കുറിച്ച് ഓർത്തു തുടങ്ങിയത്.

കുട്ടി കിതയ്ക്കുന്ന മുത്തച്ഛനെ തനിക്കു പിന്നാലെ ഓടിച്ച കഥ മറന്നിരിക്കുന്നു.

'ആ മരത്തേലാണോ മുത്തച്ഛാ വേതാളങ്ങള് താമസിക്കുന്നത്?

കുഞ്ഞുംനാളിൽ ഇവൻ ഒരു വൃക്ഷത്തിന്റെ മണ്ടയിൽ നോക്കി നിന്ന നിമിഷം ഓർക്കുകയാണിപ്പോൾ ഇമ്പിച്ചി.

മോൻ ഈ ട്രൗസറിട്ടേ, പറയാം.

ട്രൗസിറിട്ടു.

ആ മരം ഇതല്ല കുഞ്ഞേ, കാണിച്ചുതന്നേക്കാം ഒരിക്കൽ. എല്ലാ കാഴ്ചകൾക്കുമുണ്ട് ഓരോ തക്കതായ നേരം പ്രകൃതി നിശ്ചയിച്ചിരിക്കുന്നു.

കുഞ്ഞുങ്ങൾക്ക് വേണ്ടി പ്രസിദ്ധീകരിച്ചിരുന്ന അമ്പിളിമാമൻ കഥാപുസ്തകം ഒരു മഹാസംഭവമായിരുന്ന കാലഘട്ടം. അതിലെ വേതാളക്കഥയും ആ മരത്തേക്കുറിച്ചുമവൻ ഓർമ്മയിൽ സൂക്ഷിച്ചിട്ടുണ്ട്.

ഈ കുഞ്ഞിൽ ചില വ്യത്യസ്തപ്രകൃതി വൈഭവങ്ങൾ വന്നുചേരുന്ന മുഹൂർത്തങ്ങൾ ഇമ്പിച്ചിക്കറിയാം. ഇവനോടൊപ്പം ആ കലയിൽ പങ്കുചേരാനുള്ള മികവ് വാർദ്ധക്യത്തിനുള്ളപോലെ യുവത്വത്തിന് എവിടെ?

വൃദ്ധൻ കൗമാരക്കാരനെ വിസ്തരിക്കവെ ഗോമതിയോടുള്ള ഇവന്റെ നിർവികാരതയെക്കുറിച്ചുള്ള നിരീക്ഷണം ശ്രദ്ധമായി തുടരുന്നുണ്ട്... മനസ്സ് ശരീരമില്ലാതെ ആടിയ സ്വപ്ന ഊഞ്ഞാലിന്റെ ആട്ടം നിലച്ചിട്ടില്ല...

നിന്നോടാരാ കുട്ടാ ആ പുല്ലിൽ കിടന്ന് ഉരുളാൻ പറഞ്ഞത്? ദേഹം ചൊറിയുന്നില്ലേ?

അത് പുല്ലായിരുന്നില്ലല്ലൊ മുത്തച്ഛാ, വേതാളഭൂമിയല്ലേ?

ആണൊ? സമ്മതിച്ചിരിക്കുന്നു. കൊച്ചുചിന്തയുടെ ലോകത്തിൽ മറ്റൊരു സ്വർഗ്ഗമുണ്ടവന്...

ചെക്കൻ കാഴ്ചയിൽ ഇത്തിര്യോളമെങ്കിലും അലംഘനീയമായ എന്തോ ഒന്ന് ഉണ്ടെടീ അവനിൽ വളരുന്നു...

ആവട്ടെ.

കെട്ട്യോൾ കെട്ടിയവനെ വാകൊണ്ട് പൊക്കി ഒറ്റ കുടയൽ...

ഇമ്പിച്ചി നിശ്ശബ്ദനായി.

തലയിലെ പേൻവേട്ടയായിരുന്നല്ലൊ നേരം. തറയിൽ വീണ പേൻ പുറത്ത് നഖം കമഴ്ത്തി ഞന്ന് പൊട്ടിക്കാനുള്ള അവളുടെ ഉത്സാഹമുണ്ടല്ലോ - സ്ത്രീകളുടെ ഈ പരമ്പരാഗത ഉത്സാഹം പറയാത്തതാണ് നല്ലത്.

ചിലപ്പോൾ കൊല്ലുന്ന ക്രൂരതയും സ്വർഗ്ഗത്തിലെ ആനന്ദവുമാണ്

കുടുംബജീവിതം എന്നു പറയുന്നത്...!

ഇമ്പിച്ചി ഈയിടെയായി ക്ഷീണം വഹിക്കുന്ന സ്വന്തം ശാരീരിക അവസ്ഥ മനസ്സിലാക്കിയിട്ടുണ്ട്...! പോഷകമായ ചിന്തകളായിരുന്നു സ്വയം ആയുർബലം. പക്ഷെ മൗനം കനക്കുന്നതോടെ ക്ഷീണം ദേഹത്തെയും കൊണ്ട് ഏതോ ഒരു അജ്ഞാത ലോകത്തിലേക്ക് യാത്രയായി. ഇപ്പോൾ തന്നെ കണ്ടില്ലെ, വരാന്തയിലിട്ട ഇുണി കസേരയിൽ മയക്കം പിടിച്ചു കഴിഞ്ഞു. അമ്മയുടെ ഗർഭപാത്രസംരക്ഷണത്തിൽ മയങ്ങുന്ന ശിശുവായി ആൾ - എത്ര മാത്രം നിദ്രാസംതൃപ്തിയിൽ താണുവെന്ന് ആർക്കറിയാം.

തന്റെ ജീവതനൗക എന്തിനൊ സൈറൺ മുഴക്കിയപ്പോൾ ആൾ ഞെട്ടി ഉണർന്നു...!

രോഗഗ്രസ്ഥ അപ്പുറത്തു നിന്നു വിളിക്കുന്നു.

ഇമ്പീ...

'ഊം'

നാം യുവത്വത്തിൽ ലൗകീക മഹത്വം തിരിച്ചറിഞ്ഞവരാണ്, അല്ലേ? അതേല്ലൊ.

വാർദ്ധക്യത്തിനുമില്ലെ മഹത്വം?

ഉണ്ടാവാം.

കാര്യം എന്താന്നു വെച്ചാൽ തുറന്നു പറയെടീ നീ, എന്നോടെന്തിനാ ഈ മുഖവുരകളൊക്കെ?

പറയാം.

ഈ ഇരിപ്പ് എന്നെ മഹാഅലസയും അങ്ങയെ വൃദ്ധനുമാക്കും. നമുക്ക് ഇവിടെ നിന്ന് എഴുന്നേറ്റാലോ?

ആവാം യൗവ്വനത്തിലേക്ക്.

ഇല്ല ബാല്യത്തിലേക്ക്.

പക്ഷെ നിന്റെ ക്ഷീണവും വിശ്രമ മോഹവും അറിയിച്ച് എന്റെ യൗവ്വനോത്സാഹം മുടക്കരുത്. നമ്മളിന്ന് പുതുവർഷ പുലരിയിൽ യുവമിഥുനങ്ങളായി ജീവിതം തുടരുകയാണ്.

ദേ തുടങ്ങി ഈ മനുഷ്യൻ...

നൊമ്പരങ്ങൾ അടങ്ങാത്ത മനസ്സിൽ ഏതുനേരവും വീഞ്ഞുപോലെ പതഞ്ഞുയരേണ്ടതാണുണിച്ചിരേ ഫലിതം എന്നു പറയുന്ന സാധനം. അതിന് കാമകോമരമെന്ന് ചുമ്മാ അർത്ഥം കാണല്ലേ നീ. അതീ വിധമെങ്കിലും വേണം പതഞ്ഞ് പതഞ്ഞ് ആത്മാവിലോട്ടമരാൻ... ദുഃഖിതരുടെ താൽക്കാലിക കൊക്കിച്ചിരി മാത്രമല്ലേ ഈ ഫലിതസാരം.....! പാവങ്ങൾക്ക് ഭൂമിയിൽ വിധിച്ചിരിക്കുന്ന ഏറ്റവും മികച്ച നൈവേദ്യമാകുന്ന

ഫലിതം..! അത് നീ ഹൃദ്യമായ് സ്വീകരിക്കുമ്പോൾ എന്തൊരു സംതൃപ്തിയാണെന്നോ ഞാൻ അനുഭവിച്ചു കൊണ്ടിരിക്കുന്നത്?

ഉണിച്ചിര ചിരിച്ചു. വാർദ്ധക്യത്തിന്റെ മഹത്വം തുളുമ്പിയ ചിരി...

വൃദ്ധൻ പതിനേഴുകാരൻ കൊച്ചുമകനെ വീക്ഷിച്ചതേക്കാൾ ഗഹ്വരതയിലാണിപ്പോൾ രോഗിയായ പത്നിയെ വീക്ഷിക്കുന്നത്...

ശരിയാണ്. നാം ഇവിടെ ഇല്ലായിരുന്നു എന്ന അധമ തോന്നലിനേക്കാൾ ഉണ്ട് എന്ന ശൈലി തുടരുന്നതാവാം നന്മ...! ഉണിച്ചിരയുടെ നല്ല തീരുമാനത്തിൽ ഇമ്പിച്ചി ധന്യനായി. മാരക രോഗത്തെ ഒരു നാഴിക നേരമെങ്കിലും തോൽപ്പിക്കാൻ സാധ്യമായ പ്രഭാതമേ, നിന്റെ കിരണങ്ങൾ ഞങ്ങളിൽ പതിഞ്ഞപോലെ കൃതജ്ഞതയുടെ കൂപ്പുകൈ ഉയരങ്ങളിലോട്ട് പ്രണാമം അർപ്പിക്കുന്നു...

തെറ്റായ ധാരണയിലാണ് വൃദ്ധരെ പുതുതലമുറ പലപ്പോഴും വീക്ഷിച്ചുകൊണ്ടിരിക്കുന്നത്. എത്ര ഉച്ചത്തിൽ സഹായഹസ്തം കേണാലും കേൾക്കാത്ത ദൂരത്തിലായി ഒരു കൂട്ടം വൃദ്ധന്മാർ ഭൂമിയിൽ ഇന്ന്. മധുര സ്വപ്നങ്ങൾ വഹിക്കുന്ന യുവലോകമേ, നിങ്ങളാരും ഞങ്ങളുടെ അവസ്ഥയിലേക്ക് എത്താതിരിക്കുക... ആശിച്ചതൊന്നും പിടിയിൽ നിൽക്കാത്ത ഭൂമിയിലെ ഏറ്റവും കൊഴുപ്പേറിയ ദ്രാവകം ആയിരിക്കുന്നു ഈ യുവ വാർദ്ധക്യം...!

അങ്ങയുടെ ധൈര്യം മറ്റെന്തെല്ലാമോ സമ്മർദ്ദത്തിനു വഴങ്ങി വഴിതെറ്റുകയാണെന്നു തോന്നുന്നല്ലോ!

അരുതിമ്പിച്ചി - ഞാൻ ഉണ്ടല്ലോ അങ്ങയുടെ അരികിൽ. നാം ജീവിച്ചവരും അല്പമൊക്കെ സംതൃപ്തരുമാണ്.

നിങ്ങൾ ഞാൻ ക്ഷണിക്കുന്ന ബാല്യത്തിലോട്ടു തിരിച്ചു വരൂ.

ഉണിച്ചിര ജ്വലിച്ചു നിന്ന വിശ്വഭടന്റെ നരച്ച നെഞ്ചിൽ കരം സ്പർശിച്ചപ്പോൾ അഭിമന്യു കല്ലുവെട്ടുകുഴിയിൽ നിന്നു കയറിവരുന്നതു കണ്ടു.

അദ്ധ്യായം-3

ചില ഭൂപ്രകൃതികൾ കാഴ്ചയിൽ കന്യക തുല്യം കർഷകരെ ആകർഷിക്കുന്നുണ്ട്...

മലകൾ എന്ന ഭൂവേദികളിൽ ധന്യരാവേണ്ട വ്യത്യസ്ത വിത്തുകളേ, നിങ്ങൾക്കായി ഇമ്പിച്ചിയുടെ കാർഷികശാസ്ത്രം ഓർമ്മപ്പെടുത്തുന്നു, ഞാൻ ഒരു നാസ്തികൻ അല്ല. പക്ഷെ മണ്ണിൽ ഭക്തിപാരവശ്യത്തേക്കാൾ കർഷകനും ജൈവവളത്തിനുമുണ്ട് മുൻഗണന! ദൈവനാമത്തിൽ വൃക്ഷ വളർച്ചയോടു സഹകരിക്കുക...

കൃഷി ഇറക്കിന് ഭൂമിപൂജ കഴിഞ്ഞ മാസമായിരുന്നു അന്നു കുറ്റ്യാടിയിലെ ചില മലനിരകൾക്ക്. അപര വേഷത്തിൽ എവിടേക്കോ യാത്ര തിരിച്ച ദൈവം ഈ വഴിയായിരുന്നു അന്ന് യാത്ര പോയത്.

പകൽ വെളിച്ചം പോലെ മലകളുടെ അകം തുടിപ്പ ദർശിച്ച ദൈവത്തിന് വഴി തെറ്റിയെന്നു തോന്നി.!

ഇല്ലെന്നേ, വഴികാട്ടി പറഞ്ഞു; ആ തെളിച്ചം കുറ്റ്യാടി മണ്ണിന്റെയും അവിടുത്തെ കർഷകന്റേയും പ്രമാണമാണ്.! പ്രകൃതി കള്ളം പറയുന്നില്ല. ചില ഭൂചരിത പഠന ശേഷം പഠിതാവിന്റെ മുഖത്ത് സംതൃപ്തിയുടെ ലക്ഷണം നിലനിൽക്കും. അതുപോലായിരുന്നു ഭൂമിപൂജ കഴിഞ്ഞ മലകൾ ദൈവ ദൃഷ്ടിയിൽ തുടിച്ചത്...!

ഇളക്കം ലഭിച്ച മലമണ്ണ് കർഷകരോട് മന്ത്രിച്ചിരുന്നു, ഹേ മനുഷ്യാ - ഭൂമിയിൽ ധാന്യമുകുളങ്ങൾ രചിക്കു, നാളെ ധനത്തേക്കാൾ മഹത്താ യൊരു പ്രതിഫലമുണ്ടിവിടന്ന് നിങ്ങൾക്ക്...

കുറ്റ്യാടിയിൽ വസന്തകാലമെത്തി.

അഭിരാമമായ ചുറ്റുപാടുകൾ.

യുവമിഥുനോത്സവം.

പ്രേമത്തിന്റെ കാവ്യഗോപുരമോ പിരമിഡോ ആണ് ചിലർക്ക് മുഖം കൂർത്ത മലകൾ..! ഇമ്പിച്ചിയെ സംബന്ധിച്ചിടത്തോളം ഇവയൊന്നുമല്ല മലകൾ.

അദ്ദേഹം ചില അപ്രിയസത്യങ്ങൾ പൊതുവായി വെളിപ്പെടുത്താൻ

ഉദ്ദേശിക്കുന്നുണ്ട്. അദ്ദേഹം സാവകാശം മലമുകളിൽ നിന്ന് താഴോട്ടു നീങ്ങി.

ദൈവം സഹ്യപർവ്വതങ്ങളിലോട്ടുള്ള എളുപ്പ മാർഗ്ഗം തിരക്കിയത് ഒപ്പം നടന്നുകൊണ്ടിരുന്ന ഒരു കൃഷീവലനോടായിരുന്നല്ലോ - വഴി മദ്ധ്യേ തന്റെ ദേശദുഃഖം ദൈവത്തോടു പ്രകടമാക്കിയിരുന്നു.

നോക്കൂ സഹോദരാ - നാശോന്മുഖത്തിലായിരുന്നു ഞങ്ങളും ഞങ്ങളുടെ ഭംഗിയാർന്ന മലനാടും. കർഷകരിൽ ഒരാൾ തക്കനേരം ദേശത്തിന്റെ രക്ഷാദൗത്യം ഏറ്റെടുത്തു. അന്നു ഞങ്ങൾ ഒത്തു കിളച്ചതും വിതച്ചതുമാണീ മണ്ണിൽ. പക്ഷെ അകാലത്തിൽ കതിരിട്ടത് കുറേ രക്തപതാകകൾ......!

ദൈവം ചിരിച്ചു.

നീറുന്ന കർഷക ചരിത്ര സ്മരണയിൽ ഈ സമയം ഇമ്പിച്ചിയുടെ മുഖം കത്തുന്ന മത്താപ്പിനോളം ചുകന്നിരുന്നു...

ഇരുപതാം നൂറ്റാണ്ടു ചോദിച്ചു: ഇമ്പിച്ചി, എന്തോന്നാടോ ആ മലമുകളിൽ നിന്നു കേട്ടോണ്ടിരിക്കുന്ന വല്ലാത്തൊരു മുഴക്കം?

അതോ......! ഒരു ഞൊടി മൗനത്തിനുശേഷം ഒരു അന്യാപദേശ കഥയിലൂടാണാ മറുപടിയേകിയത്.

സിക്കന്ദർ എന്ന ഒരു മഹാനെക്കുറിച്ച് കേട്ടിട്ടുണ്ടോ അങ്ങ്?.

ഉവ്വ്. ഒരു യുദ്ധവീരൻ.

അല്ല, ലോകം കണ്ട വലിയ സാമ്രാജ്യ മോഹിയായിരുന്നു അദ്ദേഹം. ഇന്ത്യാ സന്ദർശനം കഴിഞ്ഞു മടങ്ങവെ ഒരു സംന്യാസിയെക്കൂടി ഒപ്പം കൊണ്ടു പോകുവാൻ തീരുമാനമെടുത്ത തന്ത്രജ്ഞൻ.

കാരണം എന്താണെന്ന് അറിയാമോ?

ഇല്ല.

മലകളുടെ ഗൂഢ ഭാഷ അറിഞ്ഞവരത്രെ ഭാരതീയ സംന്യാസിമാർ! ഭൂമിയിൽ എവിടമാണ് മലകൾ ഇല്ലാത്തത്. ഈ ഭാഷ അറിവുള്ള ഒരുവൻ ചക്രവർത്തിക്ക് കൂട്ടുണ്ടെങ്കിൽ ഭൂമിയിൽ അസാധ്യമായ കാര്യങ്ങൾ കുറവാണ്.

സിക്കന്ദർ കണ്ടെത്തിയ സംന്യാസി ആദ്യകാലം ഇമ്പിച്ചിയെപ്പോലുള്ള ഒരു കൃഷിവലനായിരുന്നു. ഇദ്ദേഹത്തിന് ചക്രവർത്തിയുടെ ക്ഷണം സ്വീകാര്യമല്ല. വളക്കൂറില്ലാത്ത ഒരു മൺതരിയോട് അനാവശ്യം അടുക്കേണ്ടതില്ലെന്ന ധിക്കാരമാണ് സിക്കന്ദറാ ഋഷിയുടെ ശരീരഭാഷയിൽ വായിച്ചത്.

ഋഷി മലയാളി ആയിരുന്നോ?

ആവാം.

സംന്യാസിക്കു നേരെ ചക്രവർത്തിയുടെ വാൾ ഭീഷണി മുഴക്കുന്നു....

സംന്യാസി പറഞ്ഞു: ആർക്കും കലഹിക്കാനുള്ളതല്ല ഭൂമി. എന്നു ഞാൻ സംന്യാസം സ്വീകരിച്ചുവൊ, അന്നു മുതൽ ഈ ഗോളത്തിന്റെ കമുകനായിരിക്കുന്നു.

കഴുത്തു വെട്ടാൻ ഓങ്ങിയ ഉടവാൾ അന്ന് ആദ്യമായി സിക്കന്ദറിനെ കൂകി വിളിച്ചു!! ലോകത്തിന്റെ മഹത്തായ ആത്മീയ ഗ്രന്ഥമാണ് ഈ സത്യം ലിപികളില്ലാതെ രേഖപ്പെടുത്തിയത്.......!

ചില ഋഷിവര്യന്മാരെ ഇല്ലാതാക്കിയാലും സംസ്കരിക്കാൻ സൂര്യനിലെ അഗ്നിയും ഭൂമിയിലെ ഉപ്പും മതിയാവില്ലെന്നറിയുക.......!

തളരരുത് രാജൻ. അങ്ങ് ചരിത്ര പുരുഷനാണ്. ഭാരതത്തിന്റെ ആയുധ ഭാഷ പഠിച്ചിട്ടില്ല അങ്ങ്. പഠിച്ചു വരൂ. ഞാൻ ഇവിടത്തന്നെ കാണും.

അതിനും മുമ്പെ സിക്കന്ദർ വാളുരി ചോദിച്ചു കഴിഞ്ഞിരുന്നു,

അല്ലയോ മൂഢാ, ഇപ്പോൾ തോന്നിയോ, താൻ നേരത്തെ കേൾപ്പിച്ച ദാർഷ്ട്യ ഭാഷ ദൗർഭാഗ്യകരമായിപ്പോയി എന്ന്?

സംന്യാസി അല്പനേരം കൂടി മൗനം ഭജിച്ചു. ശേഷം പറഞ്ഞു; 'ഇല്ല - താങ്കൾ എന്റെ ഗളച്ഛേദം നടത്താൻ വൈകുന്നു. അങ്ങയുടെ ആയുധത്തിന്റെ മൂർച്ചക്കുറവ് കണ്ട് കാലം ചിരിക്കാതിരിക്കട്ടെ...'

സംന്യാസിയുടെ ഗളത്തിലെ വീർത്ത ധമനി നോക്കി ചരിത്രം സ്മരിച്ചു ഇമ്പിച്ചി നിർത്തി. വീണ്ടും പശ്ചിമഘട്ടം നോക്കി കേൾപ്പിച്ചു; നമ്മുടെ കാലഘട്ടം നാളേക്കുവേണ്ടി സംഭരിച്ച വിത്തുകൾ അക്ഷയമാണ്! വിശക്കുന്നവർക്ക് നാളെയെങ്കിലും ഇവിടെ അറുതിയുണ്ട്. നമുക്ക് വർത്തമാന കാലത്തിലോട്ടു പ്രവേശിക്കാം. വിത്തുവിതച്ചാൽ ധാന്യങ്ങളാണ് കതിരിടേണ്ടത്, ചെങ്കൊടികളല്ല......!

അബദ്ധം കൊയ്തുകൊണ്ടിരുന്ന വലിയ മുഴക്കങ്ങളായിരുന്നു ഇരുപതാം നൂറ്റാണ്ട് ഏറെകാലം കേൾപ്പിച്ചത്...

ഇമ്പിച്ചി പിന്നെ ഹനുമാൻ ചാട്ടം ചാടിയത് തന്റെ ജന്മനാടായ കോട്ടൂളി പുഴയോരത്തിലെ കുശവൻ കുന്നിലേക്കായിരുന്നു. അകലെ നിന്ന് നോക്കിയാൽ കാവി ഉടുത്ത ഒരു മല തല ഉയർത്തി നിൽക്കുന്നതു കാണാം... അക്കാലത്ത് അമ്പതോളം കുശവ കുടുംബങ്ങൾ കുലത്തൊഴിലിൽ വ്യാപൃതരായ ദേശത്തിന്റെ ഒരു പ്രധാന കേന്ദ്രമായിരുന്നു അത്. സ്വാതന്ത്ര്യസമരത്തിന്റെ ഓളം ഭാരതമെങ്ങും അലതല്ലികൊണ്ടിരുന്ന ഒരു യുഗം. മഹാത്മാവിന്റെ വിശ്വാസം പോലെ അദ്ദേഹത്തിന്റെ

*"സിക്കന്ദർ" - അലക്സാണ്ടർ ചക്രവർത്തി

ഗോളത്തിന്റെ കാമുകനായിരിക്കുന്നു...*

നിഷ്കളങ്കമായ പുഞ്ചിരിയാണ് ഏവരുടെയും ഹൃദയം നിറഞ്ഞിരുന്നത്... ഇമ്പിച്ചിയുടെ മനസ്സ് ഭാരതമെങ്ങുമുള്ള ഗോത്ര കൊടിക്കൂറകളിലോട്ടു നോക്കി പല്ലിറുമ്മി.

കുല ധർമ്മത്തെയും ആചാര തന്ത്രക്കളെയും ഒരു അണു വിടാത്ത സ്വന്തം ഗ്രാമത്തിലെ വയോധികനെ കാണണമയാൾക്ക്. പവിത്രമായ സൃഷ്ടിക്ക് മണൽ കണ്ടെത്തിയ കുശവാ, നിനക്ക് ഇനിയും കളിമണ്ണുകളുടെ മലകൾ നൽകാം ഞാൻ.

പകരം ഇവിടത്തെ മണ്ണിൽ ജാതിയിലൂടെ മാത്രം സമൃദ്ധരായ നാലു മനുഷ്യരെ കാണിച്ചു തരൂ... ലോകത്തിലെ ഏറ്റവും ഉയർന്ന ജാതി ഉത്പാദകരാക്കാം ഈ നാടിനെ ഞാൻ...

ആരാ?

ഞാൻ ഇമ്പിച്ചി. ശിവാനിയുടെ മുത്തച്ഛന് അങ്ങനെ പരിചയപ്പെടുത്തിയാൽ ആളെ മനസ്സിലാകുമൊ എന്തൊ - ഗ്രാമത്തിലെ ആദ്യ കാളവണ്ടി വ്യവസായി ഇമ്പിച്ചിക്കുട്ടന്റെ മകൻ ഇമ്പിച്ചിയാകുന്നു ഞാൻ.

ഓ.... വൃദ്ധൻ തിരുത്തി. രണ്ടാം ഇമ്പിച്ചി.

അതെ, അങ്ങനെ പറഞ്ഞാലും ശരിയാണ്.

എന്തു ചെയ്യുന്നു?

മനുഷ്യരിൽ മല തിരയുന്നു..!

ഹ... ഹാ... പല്ലുകൾ പൊഴിഞ്ഞ വൃദ്ധൻ ചിരിച്ചു. അപ്പോൾ കുശവ നിർമ്മിതമായ മൺപാത്രങ്ങളിൽ മലയില്ലേ കുഞ്ഞേ...?

ആനന്ദത്തിന്റെ പൂത്തിരി മലയുടെ ഉച്ചിയിൽ അല്പനേരം തിളങ്ങി...

യൗവ്വനത്തിലേക്കു കാലൂന്നുന്ന ഇമ്പിച്ചിയെ വൃദ്ധന് ഇഷ്ടമായി. ശിവാനിയുടെ കരം പിടിക്കാൻ സ്വന്തം കുലത്തിൽ പെടാത്ത - ആദ്യം ഈ ഉയരം കയറിയ മിടുക്കൻ...? എന്നാലും അവൻ തന്റെ ആഗ്രഹം വെളിപ്പെടുത്താത്ത മൗനം ഉള്ളിൽ ഒരു പരൽ രൂപപ്പെടാൻ കൂടിയ നേരം വേണ്ടി വന്നില്ല; 'കള്ളപ്പെരുച്ചാഴി......!' പ്രേമവും വാർദ്ധക്യവും ഈ വിധമാണ് പതിഞ്ഞിരുന്ന് മാർജ്ജാരനേപ്പോലെ ഇരപിടിക്കുന്നത്...!

വൃദ്ധൻ ശിവാനിയുടെ മുത്തച്ഛനൊ അച്ഛാച്ഛനൊ എന്ന് ആർക്കറിയാം. അദ്ദേഹം കുഴച്ച മണലിനെ രൂപപ്പെടുത്തുകയാണ്. സംസാരം തുടരവെ, ചെറുപ്പക്കാരൻ താടിയിൽ ഉണ്ണിമാങ്ങയുടെ ചിത്രം പച്ചകുത്തിയ കുശവിപ്പെണ്ണിനെ തിരഞ്ഞു...

പ്രകൃതിയും മനുഷ്യരും തമ്മിലുള്ള മുൻ ഉടമ്പടിയിൽ വിശ്വസിക്കുന്നവരാണ് ഞങ്ങൾ. ഞാൻ മണ്ണ് കുഴക്കാൻ നിശ്ചയിക്കപ്പെട്ടവനാണ്. എന്നിലെ ഊർജ്ജം വറ്റും വരെ ഈ തൊഴിലിൽ പ്രവർത്തിച്ചുകൊണ്ടിരിക്കും...

പാവം വൃദ്ധൻ, ഇദ്ദേഹവും സ്വന്തം കർമ്മത്തേക്കാൾ കുലമഹിമയിൽ ഊറ്റം കൊള്ളുന്നവൻ തന്നെ. അദ്ദേഹത്തിന്റെ തെറ്റായ വിശ്വാസം പോലെ ഇരിപ്പിലെ പന്തികേട് മറന്നിരുന്നു. വസ്ത്രം മറയ്ക്കേണ്ട ആ വിത്തു സഞ്ചി, വെളിപ്പെടുത്തുകയാണ് ചെയ്തത്.

ചില കാഴ്ചകൾ ശ്രദ്ധിക്കരുത്. പണ്ടൊരു മരആശാരിയെ ഇതുപോലൊരു സന്ദർഭം ചൂണ്ടിയവനു ലഭിച്ച മറുപടി നാട്ടാർ മറക്കില്ലല്ലൊ!

അയ്യേ അങ്ങയുടെ...

ഒന്നു പോടോ പുള്ളേ - ജോലീടെ മേൽനോട്ടക്കാരൻ വല്ലപ്പോഴും പുറത്തിറങ്ങും... തന്റെ കാഴ്ച്ച ശക്തിക്ക് അഭിനന്ദനങ്ങൾ. ആ ഓർമകൾ വെച്ചു നോക്കിയപ്പോൾ ഇമ്പിച്ചി ഒന്നും കണ്ടില്ലേ ഇവിടന്ന്....

കിളുന്തു താടിയിൽ കുരുത്ത ഉണ്ണിമാങ്ങ തിരഞ്ഞവൻ കണ്ണിക്കു നീളം കൂടിയ സിന്ദൂര മാങ്ങ വിട്ടു...

ഈ മണ്ണിൽ ഏറ്റവും ദരിദ്രമാകുന്നു കുഞ്ഞേ, ഞങ്ങളുടെ കുലം.

വ്യത്യസ്ത ലോഹങ്ങൾ കൊണ്ടുള്ള നിർമ്മാണമേഖല ഞങ്ങളുടെ കുലത്തിന്റെ ജീവിതതാളം തെറ്റിച്ചിട്ടുണ്ട്. എങ്കിലും പുതിയ സംരംഭങ്ങൾക്കു സ്വാഗതം..!

ഇമ്പിച്ചി തിരയുകയാണാ പരിസരമെങ്ങും. തന്റെ പൊൻകുരുവി ഏതു മരച്ചില്ലയിൽ പതുങ്ങിരിപ്പാണാവൊ!

വൃദ്ധൻ ഉടുവസ്ത്രം ശരിയായി സൂക്ഷിച്ചിരിക്കുന്നു.

ഹൃദയം അഗ്നിയേക്കാൾ താപമേറുന്ന നേരമേതാണെന്ന് ചോദിച്ചാൽ ഇഷ്ടം കുറഞ്ഞ വിവാഹബന്ധത്തിന് സ്വന്തം കുടുംബം നിർബന്ധിക്കുമ്പോഴാകുന്നു, അത്! നീതിയുടെ ബീജം പ്രണയത്തിൽ നിന്നല്ലേ ഉത്ഭവിച്ചത്.......?

വൃദ്ധൻ യുവാവിനെ ശ്രദ്ധിച്ചു. പാവം, കൊടുമുടിയെ പ്രണയിക്കുന്ന ഒരു ശിശു താഴ്‌വാരത്തിൽ നിന്നു ചുരത്തിലേക്കു മുട്ടിലിഴയാൻ തുടങ്ങിയിരിക്കുന്നു... കാലുറച്ചിട്ടില്ല. എങ്കിലും തുടങ്ങി ആ മഹായാത്ര. കാലമേ കാത്തിരിക്കുക ഈ പുത്രനെ........!

കുഴഞ്ഞ മണ്ണ് കറങ്ങും തോറും രൂപതയിൽ പാത്രങ്ങൾ സൃഷ്ടിയെടുത്തുകൊണ്ടിരുന്നു...

ഭൂമി പ്രപഞ്ച താളത്തിൽ കറങ്ങുന്നു. മനോഹരമായ രൂപങ്ങൾ മണ്ണിൽ പ്രത്യക്ഷപ്പെടുന്നു...

എത്ര കറങ്ങിയാൽ പാകപ്പെടുന്ന മാംസമാണ് പൂർണ്ണ മനുഷ്യരെന്ന് ആർക്കറിയാം.......!

തന്റെ കൊച്ചുമകളെ തെരയുന്ന യുവാവിന്റെ കണ്ണുകളിലേക്കു

നോക്കി വൃദ്ധൻ ചോദിച്ചു: ഇവിടെ നിർമ്മിതമായ ഏതു മൺപാത്രമാണ് കുഞ്ഞേ നീ ഇഷ്ട്ടപ്പെട്ടിരിക്കുന്നത്?

"എല്ലാം മണൽ നിർമ്മിതമല്ലെ?"

അതെ. ഉടഞ്ഞാലും നീ തിരയുന്ന മലയോട് ചേരുന്നവ...

നന്ദിയുണ്ട് മുത്തച്ഛാ, ഞാൻ ആ മൺപാത്രം സ്വീകരിക്കുവാൻ യോഗ്യനാവുമ്പോൾ മാത്രം ഇവിടെ തിരിച്ചുവരും... അങ്ങ് മലയിൽ ഉണ്ടാവണം.

വൃദ്ധൻ പുഞ്ചിരിക്കുന്നു.

ഇമ്പിച്ചിയുടെ ഹൃദയം തടാകത്തിൽ വളരുന്ന മീനിനെ പോലെ പൊടിമഴയിൽ തുള്ളിച്ചാടാൻ തുടങ്ങി. സ്വരമായതു കേൾപ്പിക്കാൻ താൻ തെരഞ്ഞുകൊണ്ടിരുന്ന രൂപമെവിടെ? മനസ്സുനിറഞ്ഞാൽ കൈക്കുപ്പിയോ തനതായ ഹൃദയ ഭാവത്തിലൊ ആയിരുന്നു അയാൾ തന്റെ ഉന്മാദ ലഹരി വെളിയിൽ ശമിപ്പിച്ചത്. കുശവൻ കുന്നിന്റെ ഉച്ചയിലേക്കയാൾ ഒരു സീൽക്കാരത്തോടെ ഓടിക്കയറി. കോട്ടുളി പുഴ ഒരു കറുത്ത പുടവയായി പടിഞ്ഞാറോട്ട് ഒഴുകുന്നു... ഉച്ചത്തിൽ കൂവി, മൂന്നുവട്ടം. ആ സ്വരം താഴ്‌വാരയിൽ മൺപാത്രങ്ങൾ ചുമന്നു നിന്ന ശിവാനിയുടെ ഹൃദയം നിറയ്ക്കുന്നുണ്ടായിരുന്നു.......! വൃദ്ധൻ ആ യുവാവിന്റെ ചേഷ്ടയിൽ തൃപ്തനാണ്...

അദ്ധ്യായം-4

അന്നൊരു തെളിഞ്ഞ സായാഹനമായിരുന്നു. തെങ്ങിൻതോപ്പിലേക്ക് ചെരിഞ്ഞ സൂര്യൻ കറുത്ത പുഴയെ സിന്ദൂര പൊട്ടുചാർത്താൻ ശ്രമിക്കുന്നു...

ഗോമതി പഠനം കഴിഞ്ഞ് വീട്ടിലോട്ട് വരും വഴിയാണ്. 'ഒന്ന് അനങ്ങാതെ നിൽക്കെന്റെ പെണ്ണേ' ന്ന് ശാസിക്കുന്ന മനോഹരമായ പുഴത്തീരം... "ഗോമതിക്കെവിടാ കണ്ണാടി നോക്കാൻ നേരം!"

അപ്പോഴാണ് എതിരെ വന്ന ശിവാനിയെ കണ്ടുമുട്ടിയത്.

അല്ല കുഞ്ഞേ, നമ്മുടെ ബോംബേക്കാർ എത്തിയില്ലെ?

ഇല്ലല്ലൊ, ഈ ആഴ്ച എത്തുമെന്നാണ് അറിയിച്ചത്.

ഉവ്വോ, പെട്ടെന്നാ സ്ത്രീയുടെ മുഖത്തെളിച്ചം മങ്ങിയതു കണ്ടു. പുഴയിൽ സൂര്യവർണ്ണം കലങ്ങിയ പോലായി അവളുടെ സുന്ദരമായ മുഖം... അതുകൊണ്ട് തുടർന്നങ്ങോട്ടൊന്നും തിരക്കിയില്ല. പോട്ടേ... കൂടെയുള്ള സഹപാഠികൾ ഒറ്റ തടികൊണ്ടുള്ള പാലം കടന്നിരുന്നു. വീതി കുറഞ്ഞ രണ്ട് മൂന്ന് മരപ്പാലങ്ങൾ ഇനിയും താണ്ടി വേണം പുഴക്കര പിന്നിടാൻ. ധൃതിവച്ചു വന്ന ഒരാൾക്ക് കൂടി വഴി ഒതുങ്ങികൊടുത്തു.

തൊണ്ടഴുകിയ ഗന്ധം ഈ വീഥികളുടെ പ്രത്യേകതയാണ്.

ഭരതേട്ടന്റെ വരവ് അറിഞ്ഞതോടെ തുടങ്ങിയതാണ് പെൺകുട്ടി മനസ്സിൽ സൂക്ഷിച്ചൊരു സുഗന്ധദ്രവ്യത്തിന്റെ ബഹിർഗമനം...

പുഴച്ചെളിയിൽ അഴുകിയ തൊണ്ടിന്റെ ഗന്ധം ഈ നാട്ടിലാർക്കും ഒരു പ്രശ്നമേ അല്ല...

ഗോമതിയുടെ അമ്മയും മകൾ വഹിച്ചപോലൊരു സുഗന്ധം ഉള്ളിൽ സൂക്ഷിക്കുന്നവളായിരുന്നു. നമ്മളെ വിട്ടുപിരിഞ്ഞ കാർത്തിക മോൾ മറ്റൊരു രൂപത്തിൽ ജന്മമെടുത്തതായിരിക്കുമൊ എന്റെ മകൾ ഗോമതിക്കുട്ടി? ഈ സംശയമാണ് അവൾ ഉള്ളിൽ സൂക്ഷിച്ചിരുന്ന സുഗന്ധം.

കുടുംബം ഒന്നടങ്കം ഈ അഭിപ്രായം അകമേ സ്വീകരിച്ചു കഴിഞ്ഞു. എന്നാലും എന്നും ഒപ്പം കഴിയുന്നവരെ തിരിച്ചറിയാത്ത മനുഷ്യർ അനേകമാണ് കുടുംബങ്ങളിലും സമൂഹങ്ങളിലുമൊക്കെയുള്ളത്...

ഇവിടെ ഗോമതിയുടെ സഹപാഠികളാണ് ഇവളേക്കുറിച്ച് അറിവില്ലാത്ത കൂട്ടുകാരികൾ.

ഗോമതിയേക്കാൾ എത്ര സുന്ദരനാണ് അവളുടെ സഹോദരൻ അഭിമന്യു. അവർക്കറിയില്ലല്ലൊ ഇവൾ ഇമ്പിച്ചിയുടെ സഹോദരിയുടെ കൊച്ചുമകളാണെന്ന്.

കോട്ടൂളി പുഴയോരത്തിലെ ഒരു കുടുംബത്തെ വരിഞ്ഞു മുറുക്കിയ വിരഹ സങ്കടങ്ങളല്ലേ ഗോമതിയുടെ കുഞ്ഞിക്കാൽ അവരുടെ വരാന്തയിൽ പിച്ചവെയ്ക്കാൻ തുടങ്ങിയതോടെ എരിഞ്ഞണഞ്ഞത്? ഇപ്പോഴാ പുഴയോരത്തിലെ വീട് രാത്രിയിൽ ഓലച്ചൂട്ട് വീശിപ്പോകുന്ന യാത്രികന് ഒരു വെളിച്ചമരമാണ്...

പണ്ടേ സുഗന്ധദ്രവ്യങ്ങളുടെ അടിമയായിരുന്ന കുഞ്ഞുഗോമതിയുടെ രാധാമണിമാമി. അക്കാലം അവർ ഉപയോഗിച്ചിരുന്ന ഒരു തരം എരിവൻസുഗന്ധം എവിടുന്നു കേട്ടാലും മാമി അരികിൽ ഉള്ള പ്രതീതി ജനിപ്പിച്ചിരുന്നു അവളിൽ. ഏതോ ഒരു നാടൻ തറിമരുന്നിന്റെ ഗന്ധമായിരുന്നു ആ ദ്രവ്യത്തിൽ നിന്ന് വേറിട്ട് ചിതറിയത്... അവൾ മുതിർന്ന ശേഷവും ആൾക്കൂട്ടത്തിൽ മാമിയെ തെരയിച്ചിട്ടുണ്ട് ആ സുഗന്ധം... ഇപ്പോൾ ഗോമതിയും അവളുടെ സഹപാഠികളും ഇരുവശങ്ങളിലും കറുത്ത വെള്ളകെട്ടുള്ള കോട്ടൂളി പുഴയോരം താണ്ടിയിരിക്കുന്നു.

മനുഷ്യബന്ധങ്ങൾ ഇഴ അടുപ്പംകൊണ്ട് മാത്രമല്ല ശക്തം. ഇതുപോലെ ഓർമ്മകളിൽ നിൽക്കുന്ന ചില വഴി അടയാളങ്ങൾക്കുമുണ്ട് യാത്രികരിൽ വലിയ സ്ഥാനം..! അമ്മ എന്നെ പ്രസവിച്ച വർഷം മുതൽ വളർന്നു വലുതായത് ഈ പുഴ ഒഴുകുന്ന ഗ്രാമത്തിലാണെന്ന കാര്യം നിസ്തർക്കമാണ്.

അച്ഛന്റെ വിയോഗശേഷം അമ്മ മകളെ കാണാൻ വിരുന്നുകാരിയെപ്പോലെ വയനാടൻ ചുരമിറങ്ങി ഇവിടമെത്തി. ഒരുനാൾ കൂടെ താമസിച്ച് തിരികെ പോകും. കൂടുതൽ താമസിക്കാനോ പുത്രിയോടൊപ്പം കഴിയാനൊ ഇഷ്ടക്കുറവില്ലവർക്ക്. വിധിയെ ഭയക്കുന്ന പഴയ വിശ്വാസം അനുവദിക്കുന്നില്ലായിരുന്നു ആ സ്ത്രീയെ.

ഗോമതിയുടെ കണ്ണുകൾ അമ്മ പറഞ്ഞു കേൾപ്പിച്ച വിധിയുടെ കദന ഭാരവുമായി ചുരം കയറി. കുടുംബകഥയിൽ മനുഷ്യനല്ലാത്ത ഒരു പ്രധാന അംഗമുണ്ട് ഞങ്ങൾക്കവിടെ - ഭീമാകാരമുള്ള ഒരു വൃക്ഷം. അവൾ ദൂരെയുള്ള വൃക്ഷത്തെ ആ വരാന്തയിൽ ഇരുന്നു കൺനിറയെ കാണുകയാണ്.

വലിയ കുടപ്പനയിലാണിപ്പോൾ പെൺകുട്ടിയുടെ ദൃഷ്ടി പതിഞ്ഞിരിക്കുന്നത്. മലങ്കാറ്റിൽ വൃക്ഷത്തിന്റെ ഉച്ചി ഇളകുകയാണെങ്കിലും, ശരി ശരി... തന്റെ വളർച്ച ഞാൻ കാണുന്നുണ്ടെടീ കള്ളീ... വൃക്ഷത്തിന്റെ ഈ ഹസ്തവിക്ഷേപം ഗോമതിയെ ഭയചകിതയാക്കി... കണിയാൻ തന്റെ ജാതകം രചിച്ചത് ആ വൃക്ഷത്തിൻ താളുകളിൽ അല്ല. അതിന്റെ കാരണം ബോധിപ്പിച്ചുകൊണ്ട് ഓർമ്മകളുടെ ചുരം

ഇറങ്ങുന്നതായിരിക്കും ഭംഗി. ഇതിനുമുമ്പ് ആ വൃക്ഷത്താളുകളിൽ രചിച്ച കുടുംബത്തിലെ നവജാതന്മാർ ആരും ജീവിച്ചിരിപ്പില്ല...! ഇരുപത്തിഎട്ടു കെട്ടിയ ശേഷം കണിയാൻ കോട്ടളം തയ്യാറാക്കി കാരണവരെ ഏൽപ്പിക്കുമെങ്കിലും ജാതകമെഴുത്തോടെ അവരൊക്കെ ഇഹവാസം വെടിഞ്ഞു പോകുമായിരുന്നു....! ഈ തുടർ സംഭവമാണ് ആ വൃക്ഷത്തെ കുടുംബം ഭയാശങ്കയോടെ വീക്ഷിക്കാൻ തുടങ്ങിയതും അതിന്മേലേക്ക് വർഷം തോറുമുള്ള കയറ്റം അവസാനിപ്പിച്ചതും. മുടിയനായ വൃക്ഷം വെട്ടിമാറ്റാൻ അനുവാദം നൽകാത്ത നാസ്തികനാണ് കുടുംബകാരണവർ. ബന്ധുക്കൾ പലരും ആ വൃക്ഷ നിഴൽ പതിയുന്ന വീടുവിട്ട് സുരക്ഷിതമായ ഇടം തേടിയിരുന്നു.... എന്നിട്ടും ആ കുടുംബത്തിൽ എനിക്കു ജന്മം ലഭിച്ചു. എനിക്ക് മുമ്പത്തെ നവജാതന്മാർക്കുവേണ്ടി കുടുംബം വഴിപാടുകൾ കഴിക്കാത്ത അമ്പലങ്ങൾ ഇല്ല. ഇനിയെങ്ങോട്ടും വഴിപാടില്ലെന്നു നിശ്ചയിച്ച അമ്മാമ എന്റെ ജനന ശേഷം ചെന്നത് ഞങ്ങളുടെ അയൽ വീട്ടിൽ നിന്ന് നാലു വീട് അപ്പുറെയുള്ള തട്ടാൻ അപ്പുവിന്റെ വീട്ടിലേക്കായിരുന്നത്രേ. തട്ടാൻ തന്റെ നെരിപോടിനു മുമ്പിൽ കുഴലൂതി ഇരിപ്പുണ്ട്. സാധാരണക്കാർ ജീവിതം പിന്നിട്ട നാൾ വഴികൾ എളുപ്പം മറവിയിലേക്ക് തള്ളുന്നവരാണ്. എന്നാൽ താൻ ഒരു അമ്മൂമ്മയായ പുതിയ അനുഭവം എളുപ്പം മായ്ഞ്ഞുകൂടാ. മുറ്റത്തെ വൃക്ഷവുമായി ബന്ധമില്ലാത്ത, കുഞ്ഞിന്റെ ദീർഘായുസ്സിനുള്ള മാർഗ്ഗമായിരുന്നു ലക്ഷ്യം. കാതിലെ തോട ഊരി തട്ടാനു നീട്ടി. അതിന്റെ പിൻവശം തൊട്ടു പറഞ്ഞു, 'അപ്പുവേ, എന്റെ കൊച്ചുമോളുടെ ജനനത്തീയതിയും ജന്മനേരവും രോഹിണി നക്ഷത്ര തെളിച്ചത്തിൽ ഈ തോടയിൽ തെളിയണം... ആരും അറിയേണ്ടതല്ല ഇതൊരു ജാതകമാണെന്ന്.

'ഉവ്വേ.....?'

ഉവ്വ്.

അക്കാലത്തെ ഈ അസുലഭ സംഭവത്തിന്റെ നിമിത്തം നോക്കിയപ്പോൾ തട്ടാൻ പറഞ്ഞു: ഹാ... എന്തു നല്ല ജാതകം. അല്പം ജ്യോതിഷം വശമുള്ളവനും സംഖ്യാ ശാസ്ത്രത്തിൽ തൽപരനുമായ അപ്പു പറയുകയാണ്; അതേയ്, 'ചില സത്യങ്ങൾ നമ്മുടെ ശത്രുവേപോലും മറച്ചു വെയ്ക്കരുത്-'

'ങും?'

അന്നാ വിദ്വാൻ കേൾപ്പിച്ച സ്വരങ്ങളാണ് ഒരു ടേപ്പ് റിക്കാർഡറായി അമ്മാമ്മയുടെ തോട മുഴക്കിയത്....

കുട്ടിയുടെ ജന്മനേരം നന്ന്. പേരിടൽ കർമ്മം സംഖ്യാശാസ്ത്രം മാനിച്ചു നിർവ്വഹിക്കു - മൂന്ന് അക്ഷരങ്ങളിൽ ഒതുങ്ങുന്ന നല്ല നാമമായിരിക്കട്ടെ. ജ്യോതിഷത്തിൽ ബുധൻ ശുക്രൻ വ്യാഴം ഒരേ രാശിയിലാവുക. കലയിൽ പ്രാവീണ്യമുള്ളവളായ് തീരും. ഈ കുട്ടിക്ക് ആ വക ഗുണങ്ങളെല്ലാം

ദൈവാനുഗ്രഹത്താൽ ലഭിച്ചിരിക്കുന്നല്ലൊ! തീർച്ചയായും ബാലമൃത്യു തുടർകഥയായ നിങ്ങളുടെ ആതുരാലയത്തിൽ ഈ കുഞ്ഞിന്റെ ഭാവി സുരക്ഷിതമായിരിക്കുമൊ ആവോ - - അപ്പു സഹജമായ ആശങ്ക പങ്കുവെച്ചു.

അമ്മാമയുടെ ചിന്ത ചുരം ഇറങ്ങി.

സാഹിത്യം, ചിത്രകല, നൃത്തം ഇവ ഏതിലെങ്കിലും അഭിരുചിയുള്ള ബന്ധുവേക്കുറിച്ചായിരുന്നു ചിന്ത. ദാരിദ്ര്യം അരന്യറ്റാണ്ടെങ്കിലും ഈ വീടു തീണ്ടാൻ സാധ്യത കുറവായതു കൊണ്ടായിരുന്നല്ലൊ, താളിയോലയിൽ ഒതുങ്ങേണ്ട കർമ്മം പൊൻതോടയിൽ നിർവ്വഹിച്ചത്.

കൈവശഭൂമി മുന്നൂറേക്കർ വരും. ഇരുപതേക്കറിലെങ്കിലും മികച്ച കാർഷിക വരുമാനമായി തെങ്ങും കമുകും കൊടികളുമുണ്ട്... കല വളർച്ചക്കായ് ഈ പെൺകുഞ്ഞെങ്കിലും ശേഷിക്കണം. ഒരു വഴി കാണിച്ചു തരില്ലേ ദൈവമെ അവിടന്ന്... ഉള്ളുരുകിയായിരുന്നു മുകളിലോട്ടുള്ള പ്രാർത്ഥന.

മിഴികൾ തുറന്നത് കാളവണ്ടി തെളിച്ച് ചുരം കയറി വരുന്ന ഇമ്പിച്ചിക്കു നേരെയാണ്.

സർവ്വകലാവല്ലഭൻ!

ഈ വരവ് വർഷത്തിൽ മൂന്നൊ നാലൊ തവണ പതിവാണ്. വന്നാൽ ഒരു പത്തു പാർത്തെങ്കിലുമാണവൻ അങ്ങത്തേക്കു തിരിച്ചുപോയത്. അപ്പോഴാണ് നാട്ടിൽ നടപ്പുള്ള ഒരു ചൊല്ലിനേക്കുറിച്ച് എച്ചുട്ട്യമ്മ ഓർത്തത്, വീട്ടിൽ വെണ്ണവെച്ചിട്ടാണ് ഇത്തിരി നറുനെയ്യ്ക്കായ് നാലുചുറ്റും അലഞ്ഞു നടന്നത്, അല്ലെങ്കിലും മുറ്റത്തെ മുല്ലയ്ക്ക് മണം കുറയും.....!

ആദ്യം അവന്റെ തിളക്കമുള്ള ഉയർന്ന നെറ്റിയാണ് ഉദിക്കുന്ന പൗർണ്ണമി പോലെ കണ്ണിൽപെട്ടത്. വണ്ടി ചുരം കയറിയതോടെ സ്നേഹ സമ്പന്നൻ കൊണ്ടുവരുന്ന തൊട്ടിലും കളിപ്പാട്ടങ്ങളും കണ്ണിൽപെട്ടു.

അപ്പുത്തട്ടാൻ പറഞ്ഞു: വിരുന്നുകാരുണ്ടല്ലൊ എച്ചുട്ട്യമ്മക്കിന്ന്!

ചക്രം നിരത്തിലെ കല്ലുഞെരിച്ച സ്വരമാണവന്റെ തല ഉയർത്തിയത്.

വിരുന്നുകാരനല്ലെഡൊ, എന്റെ പൊന്നാങ്ങളയാ വരുന്നത്.

പൊതിച്ച തേങ്ങാമൂട്ടിലെന്നോണം ഒരു തോടയുടെ പിൻവശം കുട്ടിയുടെ ജന്മനേരം എഴുതിക്കഴിഞ്ഞിരുന്നു.

ഒന്ന് വേഗം എഴുതെന്റെ അപ്പു, അവൻ വീട്ടിൽ കയറുംമുമ്പ് പിന്നിലൂടങ്ങെത്തണം.

തന്നേക്കാം.

ഇമ്പിച്ചി കാളകളെ പറമ്പിൽ അഴിച്ചുകെട്ടി വീട്ടിലോട്ടു കയറു മ്പോഴായിരുന്നു പ്രായത്തിൽ ഷഷ്ടി പൂർത്തി കഴിഞ്ഞ ഗോപികാമ്മ ഏച്ചൂട്ടിയുടെ ഉമ്മറ ചുമരിൽ തൂക്കിയിട്ട പ്രഭാകരന്റെ ചിത്രത്തിനു മുമ്പിൽ മൗനാചരണം കഴിഞ്ഞ് മുറ്റമിറങ്ങിയത്.

ങ: ങ: ഇമ്പിച്ചി വന്നോ?

സുഖമാണൊ ഗോപികാമ്മക്ക്?

സുഖം.

ഇവർ അയൽക്കാരാണെങ്കിലും മലയോരക്കാരുടെ ജീവിത സമ്പർക്കവും ഐക്യവും ബന്ധുക്കൾക്കു പോലും അസൂയ ജനിപ്പിക്കും വിധമാണ് കാര്യങ്ങൾ...

പുറത്തുന്നുള്ള സംസാരം കേട്ടാണ് ഇവർ ആരെന്നറിയാൻ താരാട്ട് നിർത്തി വരാന്തയിലിറങ്ങിയത്.

ങ: ങ: മരുമകൾക്ക് അത്ഭുതം. മാമൻ ഇന്നും മുന്നറിയിപ്പില്ലാതെ എത്തി.

അതെങ്ങനാടീ, മുന്നറിയിപ്പിൽ ചെലവേറും, ഇമ്പിച്ചീ? അല്ലെ ഇമ്പിച്ചി?.

അവരുടെ കൊച്ചു വർത്താനം പുരോഗമിക്കവെയാണ് പിന്നിലൂടെ ധൃതിവെച്ച് ഇമ്പിച്ചിയുടെ ലക്ഷ്മിക്കുട്ട്യേടത്തി രംഗ പ്രവേശനം ചെയ്തത്.

നാട്ടുകാർക്കെല്ലാം എച്ചൂട്ട്യേച്ചിയും എച്ചൂട്ട്യമ്മയുമാണവൾ.

എച്ചൂട്ടി ചോദിക്കേയ് ഗോപികയോട്, പ്രഭാകരനോട് സംസാരി ക്കാൻ വന്നോ, അതോ ഇമ്പിച്ചിയെ കാണാൻ എത്തിയതൊ?

പ്രഭാകരന്റെ പക്കപ്പെറന്നാളല്ലേടൊ ഇന്ന്, ഒന്നു മിണ്ടി പറയാമെ ന്നു കരുതി. ഓ.... അക്കാര്യം ഞാൻ മറന്നു കേട്ടൊ!

എല്ലാം മറവിയിലേക്കുള്ളതുതന്നെ, ഗോപികാമ്മ നിന്നേടത്തുനിന്ന് നിർവൃതികൊണ്ടു. ഇമ്പിച്ചി തൊട്ടിൽ വരാന്തയിൽ വെച്ച് കൈകാൽ കഴുകിയപ്പോഴെ ശാരദ ഗോമതിയെ മാമന്റെ കൈകളിലോട്ടു നീട്ടിയി രുന്നു.

തൊട്ടില് മൊകളില് എവിടേങ്കിലും കെട്ട്യാമതി കേട്ടൊ, തണുപ്പുകാ ലായാൽ പോക്കാൻ പൂച്ചകളുടെയും പുള്ളിപ്പുലികളുടെയും ശല്യമേറും.

വേണ്ട ഗോപീ, തൊട്ടിലും കുഞ്ഞിനേയുമൊക്കെ ഇനി പുള്ളിപ്പുലി കളും അപമൃത്യുവും ഒഴിഞ്ഞ ദിക്കിലാ താമസിപ്പിക്കാൻ തീരുമാനിച്ചത്.

മൂവരും എച്ചൂട്ടിയുടെ മുഖത്തോട്ടുനോക്കി. അപ്പോൾ അവരുടെ മുറ്റത്തിലൂടെ ഒരു കൂട്ടം പച്ചക്കിളികൾ കാടിറങ്ങി എന്തെല്ലാമൊ കലപി ലകൂട്ടി വടക്കൻ നെൽപാടത്തേക്കു പറന്നുപോയിരുന്നു.

ഇവിടത്തെ നായകൻ നാലു മണി കഴിഞ്ഞേ വീടണയൂ. പള്ളിക്കൂടം

വാദ്ധ്യാരാണല്ലൊ ആൾ. സ്വന്തം സഹോദരി നൽകുന്നതേക്കാൾ സ്നേഹവും ബഹുമാനവും നൽകിയത് ഒരുപക്ഷെ ഇവരുടെ ഭർത്താവായ എന്റെ രാവുണ്ണ്യേട്ടനാണെന്ന് ഇമ്പിച്ചി ഓർത്തു. സഹോദരി കുഞ്ഞുംനാൾ മുതൽ കർശ്ശനമായി ആജ്ഞാപിക്കുന്നവളാണ്. അദ്ദേഹമാണെങ്കിൽ ആകർഷകമായ നേത്രങ്ങൾ കൊണ്ട് ഈ ദേഹം മൃദുവായ് തലോടുന്നു...

ഗോപികാമ്മ പടി ഇറങ്ങി. അവർ ഓർമ്മകളിൽ വഹിച്ച വേദന സ്വയം കടിച്ചമർത്തുകയായിരുന്നു ചെയ്യുത്. പ്രഭാകരനെ ഞാൻ പ്രസവിച്ചില്ലെങ്കിലും അവൻ എനിക്ക് സ്വന്തം പുത്രനായിരുന്നു. തന്റെ മകൻ ഉണ്ണി ബാലന്റെ കുഞ്ഞുംനാൾ മുതലുള്ള മിത്രം.

ശാരദ മാമനോടു പറയുന്നത് കേൾക്കാം, ഈ സ്ത്രീ ഇടക്കിടെ വന്ന് പ്രഭാകരേട്ടന്റെ ഫോട്ടോയ്ക്ക് മുമ്പിൽ രണ്ടു മൂന്ന് സെക്കന്റ് ചെലവഴിക്കുന്ന ശീലമുണ്ട്. ബാക്കിയുള്ള കാര്യം കേൾപ്പിച്ചത് അവർ താഴോട്ടു പടിയിറങ്ങിയോന്ന് ഉറപ്പ് വരുത്തിയ ശേഷമായിരുന്നു. പതുക്കെയാണവൾ പറഞ്ഞത്, ഭൂതകാലത്തിലെ ഏതാണ്ട് ഒരുകൂട്ടം ദഹിക്കാതാ സ്ത്രീയുടെ ആമാശയം പേറുന്നുണ്ട്. പലപ്പോഴും തോന്നിയിരുന്നു, ഈ ഫോട്ടൊ ഒരു കോപ്പിയങ്ങ് നൽകി ശല്യം ഒഴിച്ചാലോന്ന് - ചോദിക്കുകയും ചെയ്തിരുന്നു.

ഒരു കോപ്പി ഏർപ്പാടു ചെയ്തോട്ടെ ഗോപികാമ്മെ?

ഏയ്, അതൊന്നും ആവശ്യമില്ല കുട്ടീ. ശേഷം അവരുടെ ശീലമായ നിർവൃതിയായിരുന്നു പുറംതള്ളിയത്.

ഇന്നു തള്ളിയ നിർവൃതിയിൽ ദഹനക്കേടുകൾ എന്തെല്ലാം അടങ്ങിയിട്ടുണ്ടെന്ന് ശാരദക്ക് അറിയാമൊ? കുലം ഏതായാലും ഇവളുമാർക്ക് മെയ്ക്കരുത്തുള്ള ഒരു ആണിനൊപ്പമുള്ള ജീവിതം എല്ലാമാണ്... ആ കരുത്തിലാണ് ഇവർക്ക് താൽപ്പര്യം. അത്തരക്കാരികൾ നാട്ടുമ്പുറത്ത് കുറവാണെങ്കിലും എല്ലാ കാലങ്ങളിലുമുണ്ടായിരുന്നു എവിടെയെങ്കിലും ഒന്ന്. ഇതാ കുലം പറയിപ്പിക്കാൻ ഇവിടെയും ഒന്ന് നിറഞ്ഞു നിൽക്കുന്നു.

ഗോപിക ഭൂതകാലത്തിലാണിപ്പോൾ.

ഒരു ഗ്രാമം ഭയപ്പെട്ടിരുന്നു, അവനെ.. ഗ്രാമീണർ ബഹുമാനിച്ചിരുന്നെന്റെ പ്രഭാകരനെ. മാറു വിരിച്ചുള്ള ആ നടത്തയിൽ ഒരു ലക്ഷണമൊത്ത ഗജവീരൻ...! പക്ഷെ പറഞ്ഞിട്ടെന്താ കാര്യം, ഇത്തരക്കാർക്കുള്ള വാരിക്കുഴികളാണ് ഇവളുമാരൊക്കെ!... ആരെക്കൊണ്ടും ജയ്ഹോ... പാടിക്കാനല്ല അവൻ കെട്ട്യോൾടേയും ആ, മാപ്ളയുടേയും മുന്നിലോട്ടു കുതിച്ചു ചെന്നത്, വിധിയുടെ കളിയെന്നല്ലാതെ എന്തു പറയാൻ-

ഓടുകയാണവൻ...! ദേഹത്തിന്റെ സർവ്വ ശക്തിയും സംഭരിച്ചുകൊണ്ട്... ഒരു ഗ്രാമം ഒന്നിച്ചു തടഞ്ഞാലും നിൽക്കില്ലെന്റെ കുട്ടി. അഭിമാനം എന്ന മതത്തിന്റെ കരുത്തൻ ആയുധമാണാ പുരുഷശരീരം...!

ഉള്ളിൽ ലൈംഗികത തിളയ്ക്കുന്ന കെട്ട്യോൾക്ക് മാരത്തൺ ഓടി ജയിക്കുന്ന ഭർത്താവല്ല ആവശ്യം...! ഇവിടെ ശാരദ അങ്ങനെ പറഞ്ഞി ല്ലെങ്കിലും അതു വ്യക്തമാക്കിയ ഭാവം എത്ര വാചാലം...! ചില മരണ ചിത്രം വലിച്ചു നീട്ടാൻ കൊള്ളില്ല, പതിയെ കേൾപ്പിക്കാം.

സഹശയനത്തിൽ അവയവ പൊരുത്തവും സംതൃപ്തിയും ഒരുമിച്ച അനുഭവ ഉടമ്പടിയാണ് ചിലർക്ക് തുടർ ജീവിതം...! ഈ തീരുമാനത്തിന് മുമ്പിൽ ബന്ധുക്കളും ഗ്രാമവും ഗോത്രവും പരാജയമടയുന്നു...

വാരിക്കുഴിക്കു നേരെ പാഞ്ഞടുത്ത കൊമ്പനിതാ ലക്ഷ്യത്തിൽ വീണു കഴിഞ്ഞു!! അപരാധം പത്നിയെക്കുറിച്ചാകുമ്പോൾ അഭിമാ നിയുടെ നോവ് ഹൃദയത്തിൽ തുടങ്ങുന്നു. അങ്ങനൊരു അപരാധം ഇവളെക്കുറിച്ചു കേട്ടനാൾ മുതൽ ആ സ്വന്തം ഹൃദയത്തിൽ ഒരു തീരുമാനം ഉറപ്പിച്ചിരുന്നു. മാനം വെടിഞ്ഞു വേണോ നാട്ടിൽ സാമൂഹ്യ പ്രവർത്തകനെന്ന വിലാസം? അങ്ങനൊരു സന്ദർഭം എനിക്കു മുമ്പിലു ണ്ടാവില്ലെന്ന വിശ്വാസിയാണ് ഭാര്യേ ഞാൻ... ആ വിശ്വാസത്തിനാണ് ആഘാതമേറ്റിരിക്കുന്നത്!

ഭൂമിയോളം താഴ്മയിലായിരുന്നു പുരുഷൻ ജീവിത പങ്കാളിയോട് അപേക്ഷ നടത്തിയത്.

ശാരദ വിനയാന്വിതയായി കേട്ടുനിന്നു. ഗ്രാമം മൊത്തമായി മാനി ക്കുന്നവന്റേതായിരുന്നല്ലോ അപേക്ഷ.

ഇന്ന് ഇവൾക്ക് മുമ്പിൽ കുഴഞ്ഞു വീണവന്റെ മാറിൽ നാടകീയമായി പെണ്ണവൾ കമിഴ്ന്നു കിടന്നു, പൊതുജനം സർവ്വരുടെയും ചലനങ്ങൾ നിരീക്ഷിച്ചുകൊണ്ടിരിക്കുന്ന ഒന്നാം കോടതിയാണ്... കാതുവെച്ചവൾ വീണു കിടന്ന്, അവന്റെ ഹൃദയമിടിപ്പ് അറിഞ്ഞു... അപ്പോൾ അവന്റെ നെഞ്ചകം കേൾപ്പിച്ചതായിരുന്നീ അന്തഃസത്ത-

" ജീവിക്കാം നിനക്ക്, പക്ഷെ പാടില്ലായിരുന്നീ പകൽ നിന്ദ!!!..."

വായിലൂടെ രക്തം ഒലിച്ചിറങ്ങി. ആ കണ്ണുകൾ അവസാനമായ് ഒരിക്കൽ കൂടി യാചന നടത്തിയിരുന്നു, അമർത്തി അടയ്ക്കൂ ഈ കണ്ണുകൾ... വയ്യെനിക്കീ അപവാദം താങ്ങാൻ. ഈ അപമൃത്യു ഒരു സാധാരണ ഹൃദയസ്തംഭനമെന്ന് നാട് അറിയട്ടെ!... മണ്ണിൽ കിടന്നവ ന്റെ ശിരസ്സ് പ്രിയപ്പെട്ടവളുടെ മടിയിലേറ്റാൻ ശ്രമിക്കവെ എന്നന്നേക്കു മായ് വിഷംതീണ്ടിയ ആ ശരീരം ചാഞ്ഞു പോയിരുന്നു... രണ്ടു തുള്ളി കണ്ണുനീർ അവൾ അവന്റെ ദേഹത്തിൽ തർപ്പണം ചെയ്തു...

ഗോപികാമ്മ പറഞ്ഞു: പവിത്ര മൃത്യു.

കഥയിൽകേട്ട അച്ഛനേക്കുറിച്ചിപ്പോൾ ഗോമതി ദുഃഖിക്കാറില്ല. എങ്കിലും അറിയാതാ കണ്ണുകൾ നിറയും. അവൾ കണ്ണുനീർ തുടച്ചു.

അദ്ധ്യായം-5

വീടിന്റെ ജനൽപാളി അല്പം തുറന്നുവെച്ചു.

ഒരു രഹസ്യവീക്ഷണത്തിലായിരുന്നു ജാനകി.

ശരിക്കും ഉത്സാഹം നിറഞ്ഞ ഈ ഗ്രാമീണയുടെ മാനസീക പ്രായം പതിനാറാണ്... അനുഭവം കൊണ്ട് തള്ളിനീക്കിയ കുറച്ചു നിമിഷങ്ങൾക്ക് പ്രായം നൂറായിരുന്നു...! അപ്പോഴാണ് വായുവിൽ ഇങ്ങനൊരു പരിചിത ഗന്ധമുയർന്നത്.

ജാനകി വരാന്തയിൽ ഇറങ്ങി മുന്നോട്ടു നോക്കി.

അനുഭവവും അനുമാനവും കൃത്യമായിരുന്നു. അവൾ ഭവ്യതയോടെ വരാന്തയിൽ ഇറങ്ങി ഒതുങ്ങി നിന്നു. ഈ സമയം വരെ അനുഭവിച്ചു കൊണ്ടിരുന്ന നൂറു വയസ്സിന്റെ വ്യഥ മറന്നാണ് അയൽക്കാരനെ ബഹുമാനിച്ചത്. അങ്ങോർ കടന്നു പോകട്ടെ - ചൂടുപിടിച്ച പിച്ചളയുടെ ഇസ്തിരിപെട്ടിക്ക് തുല്യമാണാ ഉഷ്ണം തിളയ്ക്കുന്ന പുരുഷ ഗന്ധം...!

വീടിന്റെ മുന്നിലെ പാത വലത്തോട്ടു തിരിയവേ ഭയം കലർന്ന ഒരു നോട്ടമുണ്ട് അങ്ങേർ ഇങ്ങോട്ട് അയക്കാൻ. ആ വഴിപാടുകൂടി കഴിയട്ടെ, എന്നിട്ടാവാം അല്പം തുറന്നിട്ട ജാലകത്തിന് അരികിൽ പ്രതീക്ഷിക്കുന്ന ഫലത്തിനായുള്ള കാത്തിരിപ്പ് തുടരാൻ...

തന്നേയും കടന്നുപോയ മനുഷ്യനേയും ഒളിഞ്ഞു തുടരുന്ന രണ്ടു കണ്ണുകൾ വർഷങ്ങളായി കത്തുകയാണ് പിന്നിൽ നിന്ന്. ഇതാ ഒരു വിളിപ്പാട് അകലെയാണ് ആ പറഞ്ഞ കണ്ണുകൾ ജ്വലിച്ചുകൊണ്ടിരിക്കുന്നത്.

മാനം ഏതെല്ലാം വിധത്തിൽ സൂക്ഷിക്കുന്നവരാണെന്നൊ മനുഷ്യർ? ഒരിക്കൽ അഭിമാനക്ഷതമേറ്റ സ്ത്രീ - അഥവാ പുരുഷൻ - അവൾക്ക് അല്ലെങ്കിൽ അവന് കുറച്ചുകാലം ചവറുകൾ നിക്ഷേപിക്കാനുള്ള തുറന്ന ഇടമാണ് നമ്മൾ വസിക്കുന്ന പരിശുദ്ധമായ പ്രകൃതി. ഇങ്ങിനൊരു കാലാവസ്ഥയും കാഴ്ചയും എവിടേയും തൊട്ടുകാണിക്കുക സാധ്യമല്ലാർക്കും. മനുഷ്യരുണ്ടെങ്കിൽ എവിടെയും ഇതുപോലൊരു മാലിന്യം നിലനിൽപ്പുണ്ടെന്നു വിശ്വസിക്കാം...

താഴ്‌വാരം കയറിയെത്തുന്ന ഏതോ ഒരു പുരുഷചലനം ശ്രദ്ധിക്കാൻ തുടങ്ങിയിട്ടവൾ നേരം കുറച്ചായിരുന്നു. ആരാണാവൊ ആ കയറി വരുന്നവൻ? ദൂരേക്ക് മിഴിനട്ടു. എങ്കിലും ഓർമ്മകൾ ഒരുപാട് പിറകിലായിരുന്നല്ലൊ നിലകൊണ്ടത്.

ശ്.... ശ്.... ഇയ്യച്ചേമ്പിന്റെ വൻ ഇലകളുടെ മറവിൽ നിന്ന് ഒരു വിളി എത്തി. ആരാണാവൊ അപ്പുറത്ത് ഈ നേരം എത്തിയത്. ഇയ്യച്ചേമ്പ് അവളുടെ ലാളിച്ച വളർത്തുന്ന അടുക്കളത്തോട്ടമാണ്.

എട്യേയ്, ഇല്ലം തമ്പ്രാനാണ് നിന്നെ വിളിക്കുന്നത്. ഭയപ്പെടാതെ അടുത്തുവര്വാ.

ആയ്.... ആയി.... ഇവള് കേൾക്കണില്ല്യാലൊ നൊമ്മട ഇടിനാദം? നാദം വീണ്ടും ചേമ്പിലയായി മാറി... ജാനകി എഴുന്നേറ്റ് ചെന്ന് അടുക്കള വാതിലിലൂടെ കഴുത്ത് പുറത്തോട്ടു നീട്ടി.

ചേമ്പിലയിൽ മറഞ്ഞ ആൾരൂപം സംസാരിക്കുന്നു: നോമിന്ന് സന്ധ്യക്ക് സ്വൽപ്പം പരിപ്പുമായി എത്തും. അത്താഴത്തിന് നാലുട്ടം കറികൾ ഒരുക്കണം. ഒക്കുമൊ?

മിക്ക അടുക്കളകളിലും താളും തകരയും പാചകം ചെയ്യുന്ന പഞ്ഞ കാലമായിരുന്നല്ലൊ അത്...

അയ്യോ, ഇന്നു വേണ്ട മ്പ്രാനെ. അഞ്ചു കഴിയട്ടെ.

തൊന്തരവ്...

സമ്മതിച്ചിരിക്കിണു.

കൽപന തമ്പ്രാന്റേതാണ്.

ഇഷ്ട്ടായിച്ചാൽ തുടരെ സമ്മാനങ്ങളുമായ് ആളപ്പറഞ്ഞു വിടും. അങ്ങിനാ കേട്ടറിവ്. ജാനകിയെ സംബന്ധിച്ചിടത്തോളം നാട്ടുവാഴ്ച കനത്തിരുന്ന - യജമാന ഭയം ഏറിയ - തന്റെ ചെറുപ്പകാലമായിരുന്നല്ലൊ അത്...

സാഹചര്യങ്ങളും അനുഭവങ്ങളുമാണ് പാവങ്ങൾ ജീവിക്കേണ്ട രീതി ഏറെക്കുറെ തീരുമാനിക്കുന്നത്. ഇവിടെ പക്ഷെ തീരുമാനം പൂർണ്ണമായും തമ്പ്രാന്റേതാണ്...

ജാതകം ഉണ്ടാവോ?

ഒണ്ടേ...

ഏഴാം നാൾ വിസ്തരിച്ചുണ്ടു... പ്രതീക്ഷിച്ച ജാതക കൈമാറ്റം നടന്നില്ല. ഇപ്പോൾ പഴയകാല അത്താഴ സദ്യ ഒന്നും ഇല്ല. കറ്റ്യാടിയിൽ കാലം മാറി. തമ്പ്രാൻ സ്ഥാനം പല മേഖലകളും ആറാം വേദക്കാർ കയ്യടക്കിയിരിക്കുന്നു. തമ്പ്രാന്റെ ചിരകാല ശത്രുവാണ് ദേഹത്തിന് ഇസ്തിരിപെട്ടി ചൂടായ ഗന്ധമുള്ള രാവുണ്ണ്യേട്ടൻ. ഒരിക്കലെങ്കിലും ഒരു

കുറിമാനം നീട്ടി അത്താഴത്തിനു വരുമെന്ന് അറിയിച്ചിരുന്നെങ്കിൽ... അദ്ദേഹത്തിൽ നിന്ന് അങ്ങനൊരു അപേക്ഷ പ്രതീക്ഷിച്ചിരുന്നു.

എവിടെ... കാലം അനന്തമായ് നീളുന്നു...

ചുണ്ടിനു താഴോട്ട് ഒലിച്ചിറങ്ങിയ താംബൂലരസം തുടച്ചുമാറ്റിയവൾ ഓർത്തുപോയി, എന്തൊരു പുരുഷപുംഗവനപ്പാ, അങ്ങേർ.......! വിചിത്രമാണീ പ്രണയം. വല്ലപ്പോഴും കാടിറങ്ങി വരുന്ന മലയോരത്തിന്റെ അതിഥിയാണല്ലൊ ആന. മനുഷ്യർക്ക് ഭയമാണ് ആനയെ... എന്നാൽ അദ്ദേഹത്തെക്കുറിച്ച് രഹസ്യമായ് അറിഞ്ഞ ചില ആനക്കാര്യത്തിൽ പ്രതീക്ഷയായിരുന്നു വിധവയായ ജാനകിക്ക്... ഇന്നും ആ പ്രതീക്ഷ അസ്തമിച്ചിട്ടില്ല!

അവൾ താഴ്‌വാരയിൽ ശ്രദ്ധിച്ചു തുടങ്ങിയ ആൾരൂപം ദേ, ഇങ്ങെത്തിയിരിക്കുന്നു. ആൾ ആരാണെന്ന് വ്യക്തമായപ്പോൾ അത്ഭുതം. ഈ കാലഘട്ടം ശരീര വളർച്ചയിൽ ആണും പെണ്ണും തുല്യമായിരിക്കുന്നു! അതുകൊണ്ടായിരുന്നല്ലൊ എനിക്കീ കുഞ്ഞിനെ മനസ്സിലാകാതെ പോയത്. ഗോമതിയോട് ഇവനുള്ള ശാരീരിക അടുപ്പക്കുറവ് മനസ്സിലാക്കിയ ശേഷമാണ് ഇമ്പിച്ചി അവനെ ബോംബെ നഗരിയിലേക്ക് അയക്കാൻ തീരുമാനമെടുത്തത്.....!! എത്ര നല്ല തീരുമാനം... ഇഷ്ടങ്ങളുടെ സ്വതന്ത്ര ലോകമാണ് വൻ നഗരങ്ങൾ... എല്ലാ നന്മതിന്മകളുടെയും അടിസ്ഥാനം ഓരോ തീരുമാനങ്ങളാകുന്നു. നാടിന്റെ ചുറ്റുവട്ടത്തിൽ നടന്നു കൊണ്ടിരിക്കുന്ന സംഭവ വികാസങ്ങൾ കണ്ടില്ലെ, ഓരോ അനുഭവങ്ങൾ മനുഷ്യരെ ബോധവാൻമാരാക്കികൊണ്ടിരിക്കുന്നു. തന്റെ അയൽക്കാരി മായയും ശശിയും അതിനുള്ള ഉദാഹരണമാണ്. അവർ ഈ ഗ്രാമത്തിന്റെ അഭിമാനങ്ങളാണെങ്കിലും നാട്ടുകാർ പ്രതീക്ഷിക്കുന്ന ലൗകീകജീവിതം നഷ്ടപ്പെടുത്തുമൊ ആവോ... ഇതുപോലുള്ള തകർച്ച ഗ്രാമത്തിൽ മറ്റാർക്കും സംഭവിച്ചുകൂട.

ജാനകിയുടെ മനസ്സ് അശാന്തമായി. പാവം പെൺകൊച്ച്, ഈ നിമിഷം വരെ അവൾ അടച്ചുപൂട്ടിയ വാതിൽ തുറന്നിട്ടില്ല - ഹൃദയത്തിൽ ഇരുൾ നിറയുന്നു... നേരത്തെ താൻ നിശ്ചയിച്ച തീരുമാനത്തിന് സമയമാവുകയാണൊ ചെയ്യുന്നത്....?

അല്പം കൂടി ക്ഷമിച്ചിരിക്കാൻ മനസ്സ് വീണ്ടും നെഞ്ചിടിപ്പോടെ അപേക്ഷ നടത്തി...

രാവുണ്ണി എന്ന ഭക്തൻ കാലം ഇത്രയും ജാനകിയുടെ തിരുനട ബഹുമാനിച്ചുകൊണ്ടിരുന്നത് ഒരു ചീള് വാഴ ഇലയിൽ പ്രസാദം സ്വീകരിക്കാനല്ലെന്ന് അങ്ങോരുടെ പത്നിക്ക് അറിയില്ല....!!? ഈ വക അജ്ഞതയിൽ ആരംഭിക്കുന്ന യുദ്ധമാകുന്നു പവിത്രമായ കുടുംബബന്ധങ്ങൾ ശൂന്യമാക്കുന്നത്... ദേവീ, അങ്ങയെ ഈ ഭക്തൻ നന്നായ് അറിയുന്നുണ്ടേ എന്ന ഭാവം മാത്രമായിരുന്നു ഓരോ യാത്രയിലെ

പോക്കു വരവിലും രാവുണ്ണി ബോധിപ്പിച്ചുകൊണ്ടിരുന്നത്!... ജാനകി മല ഇറങ്ങുന്ന മറ്റൊരു നിഴലിളക്കം കണ്ട് മുന്നോട്ടു ശ്രദ്ധിച്ചു. ങേ! പെട്ടെന്ന് അകം നിറയെ സന്തോഷം ജനിച്ചു. വെറുതെയായിരുന്നില്ല വൃത്തിക്കമാവിന്റെ കൊമ്പത്തിരുന്ന് കാക്ക കുറുകിയത്. നിനച്ചിരിക്കാത്തനേരം പാർവ്വത്യും പാക്കരനുമായിരുന്നാ കയറിവന്നത്. പെട്ടെന്നാണ് മനസ്സിലൊരു അലട്ടു വന്നുകയറിയത്. പാചകവൃത്തിക്കുള്ള പലവ്യഞ്ജനങ്ങളുടെ കുറവായിരുന്നത്... മത്സ്യ പ്രിയനാണല്ലോ മരുമകൻ. മലയോരക്കാരെ സംബന്ധിച്ചിടത്തോളം പച്ചമീൻ ലഭിക്കണമെങ്കിൽ ചന്തയിൽ പോകണം. വർഷകാലത്തിലും വേനലിലുമൊക്കെ സ്ഥിരമായി ഉറിയിൽ സൂക്ഷിക്കുന്ന ഉണക്കമീനേ ഇവിടത്തുകാർക്ക് ശരണമുള്ളൂ. എന്തായാലും രണ്ടു ദിവസം കഴിഞ്ഞേ മകളെ ഞാൻ തിരികെ വിടുന്നുള്ളൂ. മരുമകനെ സൽക്കരിക്കാൻ പുഴയോരത്തിൽ വലക്കാരുണ്ടാകണേ ദൈവമേ... എഴുന്നേറ്റ് പടിവാതിലോളം ചെന്നു. ഒതുക്കുകൾ കയറിവന്ന പാർവ്വതി വലിയ പലഹാരപ്പൊതിയാണ് അമ്മയുടെ കൈകളിൽ സമർപ്പിച്ചത്. നല്ല ഘനം.

'എന്താണ്ടീ ഇത്രേം കുട്ട്യ വിശേഷം?'

ഒക്കെ പറയാം. മൂവരും വരാന്തയിലോട്ടു കയറി.

അദ്ധ്യായം-6

ഉണ്മ ഉണർന്നാൽ പ്രകൃതിയോടുള്ള സ്വയം സംവാദങ്ങൾ മനുഷ്യ സഹജമാണ് അങ്ങനെയുള്ള ഒരു സാക്ഷ്യമായിരുന്നു ഇന്ന് ജാനകിയുടെ വരാന്തയിൽ സംജാതമായത്. മലകൾ മൂന്നിനേയും പകുത്ത് ഇങ്ങോട്ട് എത്തുന്ന നാട്ടുപാതകൾ തെളിഞ്ഞു കാണാം. അവിടെ പതിഞ്ഞ കാൽപ്പാടുകളും ചില സഞ്ചാരികളുടെ പൂർവ്വ ചരിത്രങ്ങളും ജാനകിയിന്ന് കേൾപ്പിക്കാൻ ഒരുങ്ങിയിരിക്കുന്നു. ഇവൾക്ക് മലയോരത്തിന്റെ പച്ചമനുഷ്യരിലും അവരുടെ ആവശ്യങ്ങളിലുമായിരുന്നപണ്ടേ ലഹരി.

അൽപം പിന്നാക്കം ചെരിഞ്ഞ നെറ്റിയും മാറുന്തിപ്പിടിച്ച ആ നടത്തക്കാരനെയുമവൾ നേരത്തേ ശ്രദ്ധിച്ചുതുടങ്ങിയതാണ്. അയാൾ മുകളിലോട്ടെത്തുംതോറും ഏതാണ്ടൊരന്വേഷിയേ പോലാണ് തോന്നിയത്. ഏതാണാവോ ഈ വരത്തൻ?

ആൾ വിളിപ്പാട് അകലമെത്തിയപ്പോൾ ജാനകി സ്വയം മന്ത്രിച്ചു - ങ, ഇവനായിരുന്നോ ആൾ? എടാ ചെക്കാ........! വളച്ചുകെട്ടില്ലാതവളുടെ മനസ്സു തുടർന്നു. കാലങ്ങൾ കഴിയുംതോറും മലകൾ മെലിയുന്നു. ഒരു പ്രായം പിന്നിട്ടാൽ മനുഷ്യശരീരവും ശുഷ്ക്കിക്കുന്നു. എന്തിന് ഏറെ കാലം, ഈ വരുന്നവന്റെ സുന്ദരമായ ചുരുൾമുടി കൊഴിഞ്ഞ് കഷണ്ടിയാകുന്നത് പെട്ടെന്ന് കാണാം നമുക്ക്....! അത്രക്ക് പരിചയമാണ് ഈ വരുന്ന കുഞ്ഞിന്റെ കുടുംബ പാരമ്പര്യവും ഭാവി ചിത്രവും ഇവൾക്ക്......!

അവന്റെ ഭാവിരൂപം ജാനകിയുടെ വീക്ഷണത്തിൽ ഇപ്പോഴേ തെളിഞ്ഞു കഴിഞ്ഞു. ആ രൂപത്തിൽ നോക്കി ഇവൾ കൃത്യമായ് അവന്റെ ഭാവി പ്രവചനം നടത്തും.

അതെ, ഇത് അങ്ങിനൊക്കെയെ സംഭവിക്കുന്നുള്ളൂ.

ഇനി പറയാനുള്ളത് സ്ത്രീകൾ പാരമ്പര്യം വേധിക്കുന്നു എന്ന സത്യമാണ്. ജാനകിയുടെ സ്മരണയിൽ ഇപ്പോൾ വിരിയുന്നത് പുരുഷന്മാർ ഇഷ്ടപ്പെടുന്ന അതിശയോക്തമായ ഒരു മുത്തശ്ശിക്കഥയാണ്.

പുരുഷന്മാരെ, നിങ്ങൾ സ്ത്രീകളുടെ പ്രത്യേക അവയവ ഭംഗിയിൽ ആസക്തരാണെന്ന് അർക്കാണ് അറിഞ്ഞു കൂടാത്തത്.

ഓർക്കുക:

വക്ഷസ്സ് എന്ന സ്ത്രീകളുടെ വിശിഷ്ടമായ അവയവം ഇന്നുള്ളതിന്റെ എത്രയോ മടങ്ങ് കുറഞ്ഞ ഒരു കാലം ഉണ്ടായിരുന്നു നമുക്ക്! ഒപ്പം

ഇന്ന് അവളുടെ അവയവത്തിന് കൈവന്ന വളർച്ചയിലേക്കും അഴകിലേക്കും ശ്രദ്ധിക്കണേ... അപ്പോഴാണ് ഈ മുത്തശ്ശിക്കഥക്ക്

ഭംഗി ഏറുന്നത്...

പണ്ട് പണ്ട് പുരുഷനു പോലും ഈ അവയവത്തെക്കുറിച്ച് ഇന്നുള്ളത്ര മതിപ്പോ ആരാധനയൊ ഇല്ലായിരുന്നു. കാരണം വസ്ത്രധർമ്മം അത്ര കുറവായിരുന്നീ അവയവത്തിന് ലഭിച്ചത്. അന്നും ഈ സ്ത്രീ ശരീരങ്ങൾ ശിശുക്കളെ പാലൂട്ടി വളർത്തിയിട്ടുണ്ട്. ആ കഥ പറഞ്ഞു കഴിഞ്ഞാവാം മുകളിലോട്ടു കയറി വരുന്നവനെ കുറിച്ചുള്ള കൂടുതൽ വിവരണം നൽകൽ.

നാക്കിൽ ഇത്തിരി പഴമയുടെ തരിപ്പേറിയവളെങ്കിലും ഒരു കാര്യത്തിലും അമിത പ്രതീക്ഷയൊ പരാതിയൊ ജാനകിക്ക് ഇല്ല. പകൽ നേരമെങ്കിലും അവളെ കേട്ടിരിക്കാൻ ഈ വരാന്തയിൽ ഒരാൾ കൂട്ടുണ്ടാകുന്നത് ആശ്വാസകരമാണ്.

ജാനകിയെ കേട്ടിരിക്കെ ഗോപികാമ്മ പറഞ്ഞു; ഏകയായ് കഴിയുന്ന നിന്നിൽ ഇതുപോലൊരു ലോല മനസ്കയുണ്ടെന്ന് ആരറിഞ്ഞു....

നമ്മുടെ ചുറ്റുവട്ടക്കാർ നിന്നിൽ കാണുന്ന ചങ്കുറപ്പ് നഷ്ടപ്പെടുത്തരുതെ! അവരുടെ കാഴ്ചപ്പാട് നിനക്കൊരു വലിയ മുതൽക്കൂട്ടാണ് പറഞ്ഞേക്കാം.

ഇല്ലില്ല.... ജാനകി മറുപടിയേകി. 'എത്ര ചങ്കുറപ്പുള്ള സ്ത്രീയും വല്ലപ്പോഴും ലോലയായില്ലെങ്കിൽ അവൾക്കെന്തോ കുറവുണ്ട്, ഇല്ലേ?

ഒരു സ്ത്രീക്ക് അജ്ഞാതമായ - അവളെക്കുറിച്ചുള്ള - അപദാനങ്ങൾ പലതും പുറത്ത് കേൾവിപ്പെടാം... അത്തരം ശ്രുതികൾക്ക് കാതോർക്കണൊ നാം?

അതാ എത്തി കേട്ടോ, ഞാൻ പറഞ്ഞുതുടങ്ങിയ എന്റെ കഥയിലെ നായകൻ. ഗോപികാമ്മ ചുറ്റും നോക്കി. (അവൾ ഒരു നായകനേയും കണ്ടില്ല.)

എന്താ മോനേ ഇമ്പിച്ച്യേട്ടന്റെ ആരോഗ്യസ്ഥിതി?

അഭിമന്യു പറഞ്ഞു; സുഖമാണ്, ദൂരയാത്ര ചെയ്യാറില്ല.

ഏതാണ്ടു മറന്നപോലായിരുന്നവന്റെ ഈ നിമിഷം വരെ തുടർന്ന പ്രയാണം. ഈ അപ്രതീക്ഷിത ചോദ്യം ഉയർന്ന് കേട്ടതോടെ ചെറുപ്പക്കാരന്റെ അസ്വാസ്ഥ്യവും മാറിയിരിക്കുന്നു.

മോൻ പോയിവരൂ. വിശേഷങ്ങളൊക്കെ വഴിയെ അറിയാം. അവനു പോകാൻ അനുമതിയേകി.

ഗ്രാമത്തിന്റെ ആഴത്തിൽ നിന്നാണിപ്പോൾ ജാനകി തന്റെ നായക സ്മാരണകളുമായി മുകളിലോട്ടു കയറിവരുന്നത്. അന്നീ ഗ്രാമത്തിൽ യാത്രാസൗകര്യം പരിമിതമാണ്. ആകെയുള്ളത് നാലു മോട്ടോർ വാഹനങ്ങൾ മാത്രം. അതിൽ ഒരു ജീപ്പ് എച്ചൂട്ടിയുടെ സ്വന്തം ആവശ്യാർത്ഥം പ്രവർത്തിക്കുന്നതാണ്. അതിന്റെ നിറം പറക്കുന്ന കൊക്കിനെപ്പോലെ തൂവെള്ളയായിരുന്നു.നീലിച്ച മലമാറിലൂടെ അതു കയറി പൊകുമ്പൊൾ അകലെ നിന്ന് കാണ്മാൻ എന്തു ചേലാണന്നോ, ഏതു മലയിലാണ് അവൾക്ക് തെങ്ങിൻതോപ്പില്ലാത്തത്. ബാക്കിയുള്ള വാഹന ഉടമകളുടെ രാത്രികാല മനോനില പറഞ്ഞാൽ വൈദ്യുതീകരിക്കാത്ത പഴയ വയനാടൻ പാതകൾ പോലായിരുന്നു കാര്യം...

ജാനകിയുടെ മരിക്കാത്ത ഓർമ്മകൾ ഹൃദയ സ്വരങ്ങളായ് നിറകൊണ്ടു കഴിഞ്ഞു. കാത്തിരിപ്പായിരുന്നിവൾ തരിച്ചു പൊട്ടിയ ദേഹവുമായി തന്റെ നായകനെ ആദ്യമായ് കട്ടിലിൽ സ്വീകരിക്കാൻ അന്നായിരുന്നാ സുദിനം...

യാത്ര ആരു പോയാലും വഴിയിൽ ഇങ്ങനൊരു കുശലാന്വേഷണം കുറ്റ്യാടിക്കാരുടെ പതിവാണ്. എവിടെ പോകുന്നെന്ന് തിരക്കും. അന്നു ജാനകിയുടെ വീട്ടിലോട്ടു തിരിച്ച ഇമ്പിച്ചിക്കു നേരേയും പതിവു ചോദ്യം ഉയർന്നുകേട്ടു.

ഉത്തരം കവിതയിൽ നൽകി.

ഒരു പൊൻതളിരിൻ ക്ഷണമുണ്ടേ -

വെയിലെ തഴകാതീ ഉച്ചിയേൽ...

കാവ്യം മറഞ്ഞിരുന്ന് കേട്ട തത്തമ്മക്ക് താരുണ്യം ഉള്ളിൽ അണപൊട്ടി.

ചോദ്യകർത്താവ് ഇമ്പിച്ചിക്ക് മറുമൊഴിയേകി,

അഹോയ് - മൃഷ്ടാന്ന ഭോജനം,

ശുഭയാത്രാ മഗളം ഭവഃ

അന്നു ചുട്ടുപൊള്ളിയ വെയിലിൽ ഇമ്പിച്ചിക്ക് പുത്തൻ കുട നിവർത്തി സഹകരിച്ച പതിനാറുകാരിയാണ് പാർവ്വതിയുടെ അമ്മ ജാനകി. കാലം ഏറെ കടന്നുപോയെങ്കിലും ശീല നരയ്ക്കാത്ത കുടയുടെ തണലാണ് മുളം തുഞ്ചിലിരുന്ന് ആടുന്ന തത്തയിലിന്നും നിലകൊള്ളുന്നത്.

ജാനകി ഓർക്കുന്നുണ്ട് ആ കാലഘട്ടത്തിലെ ചില പ്രഗത്ഭരായ വ്യക്തികളെകുറിച്ചൊക്കെ.

ഇരട്ടപേരിൽ അറിയപ്പെടുന്ന പ്രമുഖനാണ് തലമേക്കണ്ണൻ അപ്പ. തൊഴിൽ തെങ്ങു കയറ്റമാണ്. പരിസരത്തിൽ സുന്ദരികൾ ഉണ്ടെങ്കിൽ അവനിലെ വികടകവി ഉണർന്നു പാടുന്നതു കേൾക്കാം...!

ചില നാട്ടു സ്മരണകൾക്ക് മാത്രം മനുഷ്യരിൽ കരിക്കിൻ വെള്ള ത്തിന്റെ മധുരം നിലനിൽക്കുന്നു....

രണ്ട് : മനസ്സു പിടികൊടുത്തവളെ കോരി എടുത്ത് മലങ്കാട്ടിൽ കൊണ്ടുപോയി അനുഭവിച്ച ഒരു ക്രൂര സംഘടനയുടെ സ്ഥിര അധ്യ ക്ഷനുണ്ട്. അയാൾ തന്റെ ഭൃജന്മിയായ തമ്പ്രാനാണ്.

മൂന്ന് : അടഞ്ഞുപോയ പെൺ മനസ്സ് തള്ളി തുറന്ന് ഭാരിച്ച ലൗകിക പൂജ നടത്തിയ കൂട്ടത്തിലായിരുന്നു ഉണ്ണി ബാലനെന്ന ഉണ്ണ്യാലൻ.

കുറ്റ്യാടിയിലെ ഇതിഹാസ കഥാപാത്രങ്ങളുടെ കാൽപാടുകൾ ഇനിയും കുറേ പതിഞ്ഞു കിടപ്പുള്ളതാണാ തെളിഞ്ഞു കാണുന്ന നാട്ടു പാതകൾ...

ജാനക്യേ, പോണു ഞാൻ. നിനക്കിന്ന് ഉള്ളിലെ പൊൻതരിപ്പിത്രു ക്കുടുതലാ. എനിക്കാണേ ചന്തേൽ പോയിവേണം ഉപ്പും മുളകും വീട്ടി ലെത്തിക്കാൻ.

'അന്റ ചെറ്യോനില്യോളീ ആട?' ജാനകിയുടെ യാന്ത്രികമായ ചോദ്യം.

ഉണ്ട്. വല്ല പൂമരച്ചോലക്കും കവിത മൂളുന്നുണ്ടാകും, ചോദിക്കാതെ അവനേക്കുറിച്ച് എന്നോട്, കലി അടങ്ങില്ല. ജാനകി ഇതുവരെ പിന്നിട്ട നാട്ടോർമ്മകൾക്ക് വിരാമം നൽകിയിരിക്കുന്നു. കാരണം നാട്ടുചരിതം കേൾക്കാൻ പറ്റിയ ആൾ കൂട്ട് വേണം. അല്ലേൽ എന്തു രസം?

അദ്ധ്യായം-7

മായയുടെ ഓർമ്മയിൽ വീണ്ടും ഒരു മഹത്തായ തിങ്കളാഴ്ച ദിവസം ആഗതമായിരിക്കുന്നു....!!

ലോകനിർമ്മിതി ആരംഭിച്ച ദിവസമത്രെ തിങ്കൾ. തിങ്കൾ മുതൽ ശനിയാഴ്ച വരെ ദൈവം കഠിനമായ പ്രവർത്തനം നടത്തിയിരുന്നു. ഇനി ഒരു വിശ്രമദിവസം ആവശ്യമാണ്. അതാകുന്നു ഇന്നു നമ്മൾ അനുഭവിച്ചു വരുന്ന ഭൂമിയിലെ ഞായറാഴ്ച ദിവസം. മനുഷ്യരിലുമുണ്ട് ഒരു കൊച്ചു സൗധമെങ്കിലും കെട്ടിപ്പടുത്താൻ കാഠിനാദ്ധ്വാനവും അവധി നാളുമൊക്കെ ആവശ്യം.

ശശീന്ദ്രൻ നായരും മായയും ദൈവങ്ങളല്ല. അതുകൊണ്ടായിരുന്നു ഇവർ തങ്ങളുടെ ഞായറാഴ്ചയെ കുടുംബദിവസം എന്നു നാമീകരണം ചെയ്തത്! ആ പശ്ചാത്തലത്തിലേക്കാകുന്നു മായ ഇന്ന് നമ്മളെ ക്ഷ ണിച്ചിരിക്കുന്നത്.

പോയ് വരട്ടെ പൊന്നേ, മാസത്തിലെ മൂന്നാം തിങ്കളാഴ്ച കൊച്ചുവെ ളുപ്പിനെ കെട്ട്യോൻ ചോദിച്ചിരുന്നു, - എന്തെല്ലാം സാധനങ്ങളാണ് വരുമ്പോൾ കൊണ്ടു വരേണ്ടത്?.

പണ്ടൊക്കെ ഉത്സാഹഭരിതയായ ഇവളുടെ കുസൃതി മനസ്സ് പറഞ്ഞി രുന്നു; ദൈർഘ്യമുള്ള ഞായറാഴ്ച്ച കൊണ്ടു വരൂ എന്ന്... കാലങ്ങൾ ഓരോന്നിനും അടയാളം നൽകാൻ സമൂഹത്തിൽ എന്തെങ്കിലും ഒരു സംഭവം ഒരുങ്ങുന്നുണ്ട്. അങ്ങനൊരു കാലത്തിലേക്കാകുന്നു മായയുടെ ഓർമ്മകൾ നമ്മേയും കൊണ്ട് യാത്ര തുടരുന്നത്... ഗർഭനിരോധന ഉറകളെക്കുറിച്ച് ഇതിനുമുമ്പ് ജനം കേട്ടിട്ടില്ല. എന്നാൽ ഇപ്പോൾ കേട്ട വാർത്തയ്ക്ക് വേണ്ടത്ര വിശദീകരണം ലഭിച്ചിട്ടുമില്ലായിരുന്നു. ഈ രഹസ്യ ഉപകരണത്തിന്റെ വില എന്താണെന്ന് ആർക്കറിയാം. അത് കൊണ്ടുവരണമെന്ന് പറയാനും ചിന്തിക്കാനും ഭയമുണ്ടായിരുന്ന വൾക്ക്. ശമ്പളത്തിന്റെ അഞ്ചിൽ ഒരു ഭാഗത്തിന്റെ ലിസ്റ്റ് മനസ്സിൽ തെളിഞ്ഞവൾക്ക് ഞായറാഴ്ച്ചയെ ഇന്ന് ഭയമാണ്! ഞായറാഴ്ച്ച ദിവസം നിരുത്സാഹതയുടെ ദിവസമായ് കഴിഞ്ഞാ സുമംഗലിക്കിന്ന്. വിവാഹിതയായിട്ട് വർഷം ഒന്നു കഴിഞ്ഞെങ്കിലും അമ്മയാകുന്നത് മൂന്നു

വർഷം പിന്നിട്ട മതിയെന്ന നിർബന്ധക്കാരനായിരുന്നു ശശിയേട്ടൻ. ഇത്തിര്യൂടി ഉയർന്ന ഉദ്യോഗവും ശമ്പളവും പ്രതീക്ഷിക്കുന്നുണ്ടയാൾ. അങ്ങനുള്ള ഭർത്താവിന്റെ ശാരീരികമായ ബന്ധപ്പെടലായിരുന്നു കുടുംബത്തിൽ അസ്വാരസ്യത്തിന് തുടക്കം കുറിച്ചത്! ഈ സ്വകാര്യതയെ ചോദ്യം ചെയ്യാൻ നാട്ടുശീലക്കാരിയായ മായക്കു ധൈര്യമില്ല. അവളെ സംബന്ധിച്ചിടത്തോളം അത്രയും വെറുക്കപ്പെട്ടതായിരുന്നു അദ്ദേഹത്തിന്റെ ശാരീരികമായ ബന്ധപ്പെടൽ. ആരോഗ്യവാനായ പുരുഷന്റെ ചൂടുള്ള ലൈംഗീക അവയവ സ്പർശ്ശം പെണ്ണുടലിനെ രതി മൂർച്ഛയിൽ പൊട്ടിപ്പുളയിപ്പിച്ചെങ്കിലും സഹിക്കയല്ലാതെന്തു ചെയ്യാൻ? പെണ്ണായ് പിറന്നവളുടെ തുടവണ്ണം തുടക്കം മുതലേ പഴച്ചാറിറക്കുന്ന ചക്കിയായിരുന്നു ശശിക്ക്... ചോദ്യം ചെയ്യേണ്ട ദാമ്പത്യ ജീവിതത്തെ ക്കുറിച്ചോർത്തപ്പോൾ പരിമിതി കണ്ണുരുട്ടി കാണിച്ചു. അരുത്, നീ ഒരു ഗ്രാമീണ യുവതിയാകുന്നു. കുലീനതയുടെ പര്യായം. എല്ലാ കാര്യങ്ങളും പതിയെ ശരിയായിക്കൊള്ളും. എന്നും എവിടേയും അമ്മയുടെ ഉപദേശമുണ്ടായിരുന്നു മുമ്പിൽ. നമ്മുടെ കുടുംബം എത്ര ദുർബലമാണെന്ന് അറിയാമൊ, കുട്ടിക്ക് , സൂക്ഷിച്ചു ജീവിക്കുക...

പത്നി ഉടവു തട്ടാത്ത സൗന്ദര്യ ധാമമായിരിക്കണമെന്ന് മേനി പറയുന്ന ഈ പാവം ഭർതൃ ഭാഷ്യത്തെ കുറ്റം പറഞ്ഞുകൂടായിരുന്നല്ലൊ അവൾക്ക് മനുഷ്യരുടെ ജീവിത സാഹചര്യങ്ങളിൽ നിന്നാണ് ഭാവനാ സമ്പന്നമായ സ്വരങ്ങളും ആശയങ്ങളും ഉടലെടുക്കുന്നത്... അതിനെ പുരുഷന്മാരുടെ അടവുനയമെന്ന് പൂർണ്ണമായി തള്ളിപറഞ്ഞുകൂട. വല്ലാത്ത നിസ്സഹായതയിലാണ് അദ്ദേഹവും ജീവിച്ചുപോരുന്നത്. മാസപ്പടിയുടെ ഭീമഭാഗം വീഴാറായ സ്വന്തം കുടുംബത്തിന്റെ ഒരു താങ്ങാണ്. അമ്മയും പഠനം പൂർത്തിയാകാത്ത സഹോദരീസഹോദരങ്ങളും ജീവിത യാത്രയിൽ പ്രതീക്ഷയോടെ കാത്തിരിക്കുന്ന ഏക പിടിവള്ളിയാണ് സീമന്ത പുത്രനായ ശശി... ഇത്തരം അന്തരീക്ഷത്തിൽ തനിക്കു പിറക്കുന്ന കുഞ്ഞിന് അണിയാൻ ഒരു തങ്കമാലക്കു പകരം കണ്ണുനീർ മാല വേണ്ടെന്ന തീരുമാനം ശരിയുമാണ്. ഇവിടന്നായിരുന്നു മായയിൽ ഉറങ്ങിക്കിടന്ന വൈകാരികതയുടെ ചാപല്യം കേവലം ഒരിത്തിരി പയ്യനിലൂടെ കാളരാത്രികളിലേക്ക് നയിച്ചത്.

അവധി ദിവസങ്ങളിൽ കൊയ്ത്തു കഴിഞ്ഞ വയലിൽ പന്ത് കളിക്കാനും തോട്ടിൽ മീൻ പിടിക്കാനും അയൽക്കാരനെന്ന നിലയിൽ ശശിയെ കൂട്ടുവിളിക്കാൻ വരുന്ന നിഷ്കളങ്കനായിരുന്നു ഈ പയ്യൻ.

ശശിയേട്ടൻ ഈ ആഴ്ച വരുമ്പോ എനിക്കീ സാധനൊന്നു വാങ്ങി വരാൻ പറയ്യോ മായേച്ചി, ഏതാനും ആഴ്ച മുമ്പ് കോളേജിലേക്കു പോകവെ ധൃതിവെച്ചായിരുന്നവൻ ഇങ്ങോട്ടു കയറി വന്നത്. സ്വന്തം വീട്ടുമുറ്റത്തു കളിച്ചു വളർന്നവന്റെ അപേക്ഷയായിരുന്നല്ലൊ അത് - പണവും ലിസ്റ്റുമായി പിന്നീട് രണ്ടുവട്ടം എത്തിയിരുന്നു. എങ്കിലും

എന്തുകൊണ്ടോ അപ്പോൾ അവന്റെ ആവശ്യം നിരാകരിക്കുകയായിരുന്നു ചെയ്തത്. അയൽക്കാർ സർവ്വരുടെയും ചെറ്യോനെന്ന ഈ ഇത്തിരി പയ്യൻ കാഴ്ചയിലും കൊച്ചു ശരീരക്കാരനാണ്. എവിടേക്കു കയറിച്ചെല്ലാനുമുള്ള പ്രകൃതിദത്തമായ അനുവാദ ലഭ്യതയും പ്രസരിപ്പാർന്ന നിഷ്കളങ്ക പ്രകൃതവുമൊക്കെയുള്ള ഒരു കോളേജ് വിദ്യാർത്ഥി... മീശ മുളയ്ക്കാത്ത ആ ഭംഗിയുള്ള മേൽചുണ്ടിൽ മിക്കപ്പോഴും വിയർപ്പ് കണങ്ങൾ പൊടിഞ്ഞുനിൽക്കുന്നതു കാണാം.

വീണ്ടും ആൾ വീട്ടിലെത്തി അല്പം സീരിയസ്സായി ആവശ്യപ്പെട്ടു; 'ചേച്ചീ, ഞാൻ പറഞ്ഞ കാര്യം എന്തായി.....?

ങാ - ഞാൻ പറഞ്ഞുനോക്കാം. എന്തായിരുന്നാ ഗ്രന്ഥത്തിന്റെ പേരുപറഞ്ഞത്?.

'ലേഡി ചാറ്റർലീസ് ലവർ.'

ചക്ക വിളഞ്ഞിലിലിൽ തൊട്ടപോലൊരു ശീർഷകം. മായ മനസ്സിൽ പറഞ്ഞു.

'ഓഥറൊ?

ഡി.എച്ച്. ലോറൻസ്.

ആ ഗ്രന്ഥത്തിലെന്തൊ അപകടം പതിഞ്ഞിരിപ്പുണ്ടാകുമൊ എന്നൊരു സംശയം അപ്പോഴെ ജനിച്ചതായിരുന്നു. അതുകൊണ്ടെ ചോദിച്ചത്.

' ഇത് കോളേജ് പഠനത്തിന്റെ ഭാഗമായാണൊ വാങ്ങുന്നത്?.'

'അല്ല സ്വകാര്യമാണ്.'

അതു പറഞ്ഞപ്പോഴായിരുന്നു അനിരുദ്ധന്റെ മുഖഭാവവും അവന്റെ മുഖത്തോട്ട് ഇരച്ചുകയറിയ രക്തപ്രവാഹവും പരുങ്ങിക്കളിയുമൊക്കെ ശ്രദ്ധിച്ചത്.

കൗമാര വിശപ്പിന്റെ ആർത്തി വീക്ഷിച്ചവൾക്ക് അതുവരെ അവനോടില്ലാത്ത ഒരു അനുഭവമായിരുന്നു ജനിച്ചത്...

'നിനക്കാരാ ഈ ഗ്രന്ഥം വായിക്കാൻ നിർദ്ദേശം നൽകിയത്?'

'നമ്മുടെ പകൽ കുമാരേട്ടന്റെ മകൾ ഭാമയാണ്.'

'അവൾ വായിച്ചതാണൊ ഈ പുസ്തകം?'

'ഇല്ല, അവളുടെ അമ്മ രഹസ്യമായ് വായിച്ചുകൊണ്ടിരുന്നതവൾ ശ്രദ്ധിച്ചിട്ടുണ്ട്.'

അപ്പോഴെ തോന്നി, ഈ പുസ്തക ഇടപാട് പൊല്ലാപ്പാകുമെന്ന്. വേഗത്തിൽ ബാധ ഒഴിവാക്കാൻ ശ്രമിച്ചെങ്കിലും അറിയാതവനോടു തോന്നിയ നൈമിഷിക കൗതുകം കൂടുതൽ സംസാര സ്വാതന്ത്ര്യത്തിലേക്ക് എത്തിപ്പോയിരുന്നു. ഈ സമയം അവന്റെ നയനങ്ങൾ

ധൈര്യപൂർവ്വം തന്റെ വക്ഷസ്സിലൂടെയും അരക്കെട്ടിലൂടെയും നടത്തിയ ഉല്ലാസയാത്ര അവൾ ശ്രദ്ധിച്ചിരുന്നു. പെൺസൗന്ദര്യം ആസ്വദിക്കേണ്ട നയനകല മുതിർന്നവർക്കു പോലും ഇന്ന് വശമില്ല. പിന്നല്ലേ ഇവനെ കുറ്റപ്പെടുത്താൻ...

'നിനക്ക് നല്ല ഗ്രന്ഥങ്ങൾ വായിച്ചു കൂടെ അനീ?.'

'അപ്പോ ചേച്ചി ഈ പുസ്തകം വായിച്ചിട്ടുണ്ട്.'

'ഇല്ല, അത്തരം ശീലമൊന്നും എനിക്കില്ല.'

പക്ഷേ, ചേച്ചി പോലും അറിയാതെ ചേച്ചിയെ കാണുന്ന ഏതൊരു ഹൃദയമുള്ളവനിലും നിറയുന്ന ഒരു ലഹരിയാണ് എന്നെ ഇങ്ങോട്ട്....

'എങ്ങോട്ട്?'

അത്... അത്... ആ കണ്ണുകളിൽ നിന്നുള്ള അദൃശ്യ കരങ്ങൾ പിന്നെ എന്റെ ഓരോ അവയവവടിവിലും തൊട്ടുതഴുകി അനിർവചനീയമായ ഒരു നിർവൃതിയോടെയായിരുന്നു ഈ ഹൃദയഭാഗം വന്നു തല ചായ്ച്ചു കിതച്ചത്...

എന്റെ ദൈവമെ, ഇവൻ ആളു കൊള്ളാമല്ലോ... ഇത്ര ആഴം കുറഞ്ഞൊരു പെണ്ണൊഴുക്ക് തടഞ്ഞു തടാകമാക്കിയ മിടുക്കൻ... ഒരു യുവതിയേകുന്ന കൊച്ചു സ്വാതന്ത്ര്യം തടവറ ചാടുന്ന കുറ്റവാളിയെ സൃഷ്ടിക്കുമെന്ന് കേട്ടിട്ടേയുള്ളൂ. അതിനപ്പുറവും സംഭവിക്കുമെന്നാണ് ഇവന്റെ ശരീരഭാഷ്യത്തിന്റെ ഇപ്പോഴത്തെ ഓർമ്മപ്പെടുത്തൽ...

ത്രിസന്ധ്യയോടെ വിളക്കു കൊളുത്താനുള്ള ബദ്ധപ്പാടിലായിരുന്നല്ലോ താൻ. വരാന്തയോടു ചേർന്നുള്ള ഓഫീസ് മുറിയിലോട്ടു കടന്നപ്പോഴായിരുന്നീ അവിചാരിത സംഭവം നടന്നത്.

തന്റെ അമ്മയുടെ ചിറകിൽ നിന്ന് ഇന്നും സ്വതന്ത്രമാകാത്ത ഈ കോഴിക്കുഞ്ഞിനെ എത്ര സമർത്ഥമായാണീ എറിയാൻ പക്ഷി റാഞ്ചികളഞ്ഞത്...

എതിർപ്പിന്റെ ചലനങ്ങൾക്കാ നിമിഷം എന്തുകൊണ്ടോ കരുത്തില്ലായിരുന്നു. പക്ഷിയുടെ മൂർച്ചയുള്ള കൊക്കി ന്റെയും നഖത്തിന്റെയും കരുത്തിലമർന്നിരിക്കയായിരുന്നീ മേനി.

'വിടൂ അമ്മയുണ്ട് അപ്പുറത്ത്.'

അമ്മ മീൻ മുറിക്കുകയാണ്. അല്പ നിമിഷങ്ങൾ കൂടി...

സുന്ദരമായ ആ സന്ധ്യയിൽ കുറഞ്ഞ നിമിഷങ്ങൾക്കകം തയ്യാറാക്കിയ മഹത്തായ മധുര നൈവേദ്യമായിരുന്നവൻ അയൽക്കാരിക്ക് സമ്മാനിച്ചത്...

പ്രണയമെന്ന സംഗീതോപകരണം കലാബോധമുള്ളവൻ ഒരിക്കൽ സ്പർശ്ശിച്ചാൽ മതി, അതിന്റെ തരംഗങ്ങൾ ഉള്ളിലേറെ

കമ്പനങ്ങൾ സൃഷ്ടിച്ചുകൊണ്ടിരിക്കും... മായയുടെ ഉടലറിയാതായിരുന്നു പിന്നെ അടച്ചിട്ട കിടപ്പു മുറിയുടെ ജനൽപാളി അനിരുദ്ധന്റെ വരാന്തക്കു നേരെ തുറന്നത്.

കൃത്യം രണ്ടുമാസങ്ങൾ കഴിഞ്ഞിരിക്കുന്നു ഈ സംഭവങ്ങൾക്ക് തുടക്കം രചിച്ചിട്ട്. ഇനി ആ ജാലകം ആഞ്ഞ് അടക്കുകയാണ് ഇവൾ. ഇല്ല. ഇനി തുറക്കേണ്ടതില്ലീ ജാലകം!

കൊള്ളമുതലിന് നൽകേണ്ട വില എന്താണെന്നാ ചെറിയവൻ മായയെ പഠിപ്പിച്ചിരിക്കുന്നു...

നീ ഇതിൽ കൂടുതൽ ഒച്ചവയ്ക്കില്ല. മര്യാദക്ക് ഞാൻ പറയുംവിധം അനുസരിക്കുക....!

താൻ ഇച്ഛിക്കുംവിധം രതിക്രീഡയ്ക്കു വേണ്ടിയാണ് കിടപ്പറയിൽ കയറിയവൻ പുലരാറായിട്ടും ശാഠ്യം കാണിക്കുന്നത്. തുടർദിവസങ്ങളിൽ ഇവനിൽ ഇനിയും പുതിയ മോഹങ്ങൾ ഉണരില്ലെന്ന് ആരറിഞ്ഞു... കഴിഞ്ഞുപോയ കുറേ രാവുകളിലോട്ടു നോക്കി അവൾ തകർന്നിരുന്നു.

ഈ ദുരവസ്ഥയിലായിരുന്നു പാർവ്വതിയുടെ അമ്മയുടെ സഹായം തേടിയതും ഇത്ര ഹീനമായ സന്ദർഭം വരെ ഞാൻ എത്തിപ്പെട്ടതും. ചില രഹസ്യ അപരാധങ്ങൾ വഹിക്കുന്നവളാണ് ഇവരെങ്കിലും നല്ലൊരു സഹായ മനസ്കയാണ് അവരെന്ന് നാടിന് അറിയാം. ധാരാളം ചിന്തിച്ച ശേഷമായിരുന്നു ഗ്രാമത്തിൽ അങ്ങെയ്ക്കു മാത്രം കഴിയുന്ന ഈ വിലപ്പെട്ട സഹായം എനിക്കു വേണ്ടി അവർ താങ്കളോട് അഭ്യർത്ഥിച്ചത്. ഇനി എനിക്കു കരയാൻ കണ്ണുനീരില്ലെന്നറിയുക. ദൃഢത മുറ്റിയതായിരുന്നു മായയുടെ ഭാഷ്യവും ഭവമാറ്റങ്ങളുമൊക്കെ വിജയം, അല്ലെങ്കിൽ അന്ത്യം... മായയെന്ന മണിമന്ദിരം ഉണ്ണ്യാലനെന്ന പുൽകുടിലിനു മുമ്പിൽ തകരുകയായിരുന്നു...

അരുത്. ശാന്തമാവുക. അരുതാത്തവയെക്കുറിച്ചൊന്നും ചിന്തിക്കാനുള്ള നേരമല്ലിത്. ഏതു തീയും അണയും, അതാണ് ഗ്രാമമെന്ന കുടീരങ്ങളെ കുറിച്ച് ലോകം അറിയാത്ത രഹസ്യം. ധൈര്യമായി ഇരിക്കുക.

അമ്മ?

ഉണ്ണ്യാലന്റെ അടുത്ത ചോദ്യം.

രണ്ടു നാഴിക കഴിഞ്ഞേ വരൂ.

ങാ. ജാനക്യേച്ചി പറഞ്ഞിരുന്നു.

മായയെ നശിപ്പിച്ചവന്റെ യുക്തിയും കൗശലവുമയാൾ കേട്ടറിഞ്ഞു.

ജാനകി സ്വന്തം വീട്ടിൽ ഭയത്തോടെയാണ് മായക്ക് പിന്നീട്

എന്തെല്ലാം സംഭവിച്ചെന്ന് അറിയാൻ കാതോർത്തത്.

ഇത് ഏതാനും ദിവസങ്ങൾ മുമ്പ് മായയുടെ വീട്ടുവരാന്തയിൽ കാണ്മാറായ ദൃശ്യമാണ് ഓർമ്മയിൽ തറഞ്ഞു നിന്നത്. അതു പറഞ്ഞു തീർത്തിട്ടാവാം തന്റേതയുള്ള തീരുമാനത്തിലേക്കുള്ള പുറപ്പാട്.

ചില സത്യങ്ങളിലേക്കുള്ള പ്രവേശനദ്വാരമാകുന്ന പഴയ ഓർമ്മകൾ... പാവം മനുഷ്യൻ, ഒരു നിസ്സഹായൻ തന്നെ ആരും ശ്രദ്ധിക്കുന്നില്ലെന്ന വിശ്വാസത്തിൽ കാണിച്ച തീവ്രമായ ചലനങ്ങൾ ജാനകി ഓർക്കുന്നു... ദാമ്പത്യ ചുഴിയെന്നല്ലാതെ എന്തു വിളിക്കും ആ കാണിച്ചുകൊണ്ടിരുന്ന ചലനങ്ങളെകുറിച്ചൊക്കെ... ഇവിടെ പരിഹാസം അരുത്! അഭിമാനികളായ മനുഷ്യർ മരണത്തെ മുന്നിൽ കാണുമ്പോൾ ചെയ്തുപോകുന്ന ചേഷ്ടകളായിരുന്നു അത്... മനുഷ്യരിലെ അഹങ്കാരം എരിഞ്ഞ് ഒടുങ്ങുന്ന കാഴ്ചകൾ... ഈ കാഴ്ചകളൊക്കെ ഓർമ്മപ്പെടുത്തി സ്വന്തം ശീലമായ തന്റെ അവിഹിത ബന്ധങ്ങളെ പ്രോത്സാഹിപ്പിക്കുന്നോടീ എന്ന മറുചോദ്യമാണ് താങ്കൾ ഇങ്ങോട്ട് ഉയർത്തുന്നതെങ്കിൽ ഓർക്കുക. ഈ തീ തട്ടിയാൽ പൊള്ളാത്ത രോഗബാധിതനാവരുത് താങ്കൾ...! ഇത് കാലഘട്ടത്തിന്റെ പുതിയ സമൂഹമാണ്.

ജാനകിയുടെ ശ്രദ്ധ വീണ്ടും വർത്തമാന കാഴ്ചയിൽ എത്തി.

ഇപ്പോൾ ഉണ്ണ്യാലൻ മായയുടെ നാഡിമിടിപ്പ് പരിശോധിക്കുന്ന ചലനങ്ങളാണ് ജാലകം വഴി കാണിച്ചു തന്നെത്....

വേദനിക്കുന്ന ഭൂമിയുടെ മാറിൽ ആകാശം കൈ തഴുകുന്നു... ദൈവമേ, ജാനകി മുകളിലോട്ടു കൈകൾ കൂപ്പി പ്രാർത്ഥിച്ചു. എന്നിട്ടാ കാഴ്ച കാണാതെ ജാലകത്തിന് പിറകിലോട്ടു മാറി നിന്നു...

ലൈംഗികതയോളം സജീവതയാർന്ന പ്രതിഭാസം മറ്റെന്തുണ്ട് കുട്ടീ ജീവിതത്തിൽ. ശാന്തമാകൂ... ഉണ്ണ്യാലൻ മായയിൽ സാന്ത്വനം ചൊരിഞ്ഞു.

ലൈംഗിക ചിന്തകളും ഭൗതിക സുഖങ്ങളും സാധാരണക്കാർ ഉപേക്ഷിക്കേണ്ട വകകളല്ല. എന്നുവെച്ച്...

മായ ഉണ്ണ്യാലന്റെ ഉപദേശ വർഷത്തിൽ കിടന്ന് എരിഞ്ഞ് ഇല്ലാതാവുകയാണ്. എന്റെ മനസ്സ് ഈ ശരീര വരുതിയിൽ ഇല്ലെന്നറിഞ്ഞാലും അങ്ങ്. അങ്ങയുടെ ഉപദേശങ്ങളൊന്നും ഞാൻ കേൾക്കുന്നില്ലുണ്ണ്യാലേട്ടാ... കുടുംബ ശ്വാസോച്ഛ്വാസം എന്നാൽ അതിന്റെ പൂർണ്ണ അർത്ഥം ഞാൻ ഇപ്പോൾ മനസ്സിലാക്കി കഴിഞ്ഞു...! അതു ലഭിക്കാതെ വീർപ്പുമുട്ടുകയാണേ ഇവൾ... അവൾ ഉണ്ണ്യാലനെ ദൈവത്തിന്റെ മുമ്പിലെന്നോണം കൈകൂപ്പി നിന്നു.

ശശിയേട്ടനെ കൊന്നാണെങ്കിലും ഈ ഉദരത്തിൽ വളരുന്ന കുഞ്ഞിനെ രക്ഷിക്കുമെന്നാണവൻ ശപഥം ചെയ്തു പോയിരിക്കുന്നത്! അതേ പിന്നെ എനിക്ക് ഉറക്കവും നഷ്ടമായി. സ്വഭാവ

വൈകല്യമുള്ളവന്റെ കാലൊച്ച എന്നെ നടുക്കുന്നു...

അത്ര കടന്നു ചിന്തിക്കാൻ വരട്ടെ കുട്ടീ. അതിനുള്ള വളർച്ചയെത്തിയ ചെറ്യോനല്ലത്. ഈ കാലഘട്ടം നിറം ചാർത്തിവെച്ച പൈങ്കിളി ചിറകുകാരൻ മാത്രം... നീയെന്ന സുന്ദരരൂപം ദഹിപ്പിക്കാൻ സൃഷ്ടിച്ച ജഡരാഗ്നി അണയുന്നതോടെ തഴച്ചു വളരേണ്ട ഒരു ബോധി വൃക്ഷത്തെ ഞാൻ നിന്റെ ശരീര പുറകിൽ കാണുന്നുണ്ട്...

ഉണ്ണ്യാലന്റെ ദൃഷ്ടികൾ മായയുടെ ദേഹത്തിനു ചുറ്റും പ്രദക്ഷിണം ചെയ്തു... അഴിച്ചിട്ട സമൃദ്ധമായ ഈ ചുരുൾ മുടി കണ്ടാൽ ഏതു ചില്ലയിൽ വിരിഞ്ഞ പുഷ്പമാണാ മഹത്തായ സ്ഥാനം മോഹിക്കാതിരിക്കുക... വാരി പുണരാനുള്ള മോഹം ജനിപ്പിക്കുന്ന മുടിയഴക് മാത്രമല്ലീ പെണ്ണുടലിലെന്നാ കണ്ണുകൾ മോഹം പറഞ്ഞു... കരവലയത്തിലാ തളിർമേനി ഞെരിച്ച് അമർത്താൻ കൈ തരിച്ചു...

തന്റെ പിന്നിൽ ഇങ്ങേർ കണ്ട ബോധിവൃക്ഷം സത്യമായും ആ അവസ്ഥയിലും മായക്കു ബോധിച്ചിരുന്നു...

'ഇപ്പോൾ അസ്കൃത തുടങ്ങിയിട്ട് ദിവസങ്ങൾ എത്രയായി?.' ഉണ്ണ്യാലന്റെ ചോദ്യം.

'ഇരുപത് ദിവസം.'

'അടുത്തു വരൂ.' മായ ചെന്നു.

ഇപ്പോൾ നേത്ര തടങ്ങളിൽ കറുത്തരാജി പടരുന്നുണ്ടോ എന്ന പരിശോധനയാണ് നടക്കുന്നത്.

ഭയപ്പെട്ടാൽ ആരു സ്പർശ്ശിച്ചാലും ഒതുങ്ങികൊടുത്ത ശീലം ചപലകളായ സ്ത്രീകളുടേതാണ്. അടിവയറിൽ തുടിക്കുന്ന ഞരമ്പുകൾ കാണണം അദ്ദേഹത്തിന്. കണ്ണുകൾ അകത്തോട്ട് പ്രവേശനം ആരായുന്നു.

ഇത് രഹസ്യ ചികിത്സയുടെ ഭാഗമാണ്. നിവൃത്തി അനുസരണ മാത്രം...

പ്രപഞ്ചത്തിന്റെ വിശക്കുന്ന വയറാകുന്നു കുട്ടീ ഈ ഉഷരഭൂമി...

കൈ താഴോട്ട്...

ദൈവം സൂര്യകനൽ ഒരുക്കുന്നവൻ!.

ഞാൻ. പ്രകൃതിയിലെ നളൻ...

മായക്ക് ഗർഭപാത്രം തിളയ്ക്കുന്ന ചൂടാണ് അനുഭവപ്പെട്ടത്...

മായ നിശ്ശബ്ദയാണ്.

ചൂടുള്ള ശ്വാസോച്ഛ്വാസങ്ങൾ...

കപോലങ്ങൾക്ക് ഇരു വശങ്ങളിലും വെളുത്ത മുൾ മഴകൾ തറച്ചിറങ്ങി... ശ്വേത കണങ്ങളാൽ ശരീരം ഉഴുതിളക്കിയ സമ്മിശ്ര ഗന്ധം...

ചില രഹസ്യ ചികിത്സയുടെ പ്രതിഫലം ഇതുപോലൊരു രഹസ്യ സ്പർശ്ശം മാത്രം...!! വണ്ട് പൂവിൽ ഇരിക്കുമ്പോൾ മൂളാറില്ല. പൂവ് കരയുന്ന സ്വരം വണ്ട് കേൾക്കും കുട്ടീ... കരയരുത്.

സന്തോഷം.

നോവുന്നുണ്ടെങ്കിലും എവിടെയെല്ലാമൊ മൃദുത്വ വർഷം അനുഭവ പ്പെടുന്നു...

'ഇനി അർഹതപ്പെടാത്ത വേദനകൾ ആവർത്തിക്കരുത്.' ഉപദേശം.

'ഇല്ല.'

മായയുടെ നാഭിയിൽ തെളിഞ്ഞ നീല ഞരമ്പിൽ അൽപം തടിപ്പും നേരിയ നീറ്റലും അനുഭവപ്പെടാൻ തുടങ്ങിയിരുന്നു...

നാളെക്കൊണ്ടു നിന്റെ മൂടിക്കെട്ടിയ ആകാശം തെളിഞ്ഞിരിക്കും..!

'സന്തോഷം.'

ഭൂമിയിലെ ഒരു നീച ജന്മമാണിവൾ എന്ന ബോധമായിരുന്നു ഉണ്ണ്യാലന്റെ സന്ദർശനം വരെ മായയെ ഭരിച്ചത്. സ്വയം നശിച്ചവൾ എന്ന് ഹൃദയം കൊണ്ട് പശ്ചാത്തപിച്ചവൾ നന്ദിയോടെ സ്മരിക്കുന്നു, 'താങ്കളുടെ നന്മകൊണ്ട് ഇന്നു ഞാൻ രജസ്വലയായിരിക്കുന്നു. ജീവിത ത്തിലേക്കുള്ള ഉത്സാഹം വീണ്ടു കിട്ടി ഉണ്ണ്യാലേട്ടാ...'

അവൾ ഓർക്കുകയായിരുന്നു, ജീവിതത്തിന്റെ കാളരാത്രി പുലർന്നി രിക്കുന്നു!. പ്രലോഭനങ്ങൾ കൊണ്ടു നിറഞ്ഞ വാശത്ത ഭൂമിയും കൗമാ രക്കാരൻ വിരിച്ചു തന്ന പുഷ്പ തൽപ്പവും ആ മൃദു സല്ലാപങ്ങളുമൊക്കെ ലജ്ജ കൊണ്ടു ശ്വാസം മുട്ടിക്കുന്നു...

എന്റെ ചേച്ചീ, കുറേ ശിശുക്കൾക്ക് ജന്മം നൽകാനുള്ള വികാരവും ഒരു ജന്മം പറഞ്ഞാൽ തീരുകയില്ലാത്ത കുടുംബ മോഹങ്ങളുമാണ് നമ്മൾ പങ്കിട്ടുകൊണ്ടിരിക്കുന്ന ഈ മനോഹരമായ ജീവിതാനുഭൂതികൾ അല്ലെ?

'ങ്മും.'

ഈ സുഖങ്ങളൊക്കെ ഒന്നിച്ചു ജീവിക്കുവാൻ കഴിയാത്തവർക്കായ് കാത്തുവെച്ച സ്വർഗ്ഗീയ നിമിഷങ്ങളാവാം, അല്ലേ?.

'ങ്മും...'

ഒരു വിശുദ്ധ തേങ്ങലോടെ പഴയ ഓർമ്മകളുമായ് കട്ടിലിൽ നിന്ന് എഴുന്നേറ്റപ്പോൾ ഉണ്ണ്യാലൻ കേൾപ്പിച്ചു; ചില കടിലതകൾ സ്ത്രീകൾക്കു ജീവിക്കുവാൻ നിശ്ചയിച്ച കർമ്മങ്ങളാണ്. ഞാൻ അതിൽ ഭാഗഭാക്കായത് കേവലം നിമിത്തം മാത്രം. എന്നാലും നാമൊക്കെ നാട്ടു മര്യാദകൾ പാലിച്ചു ജീവിക്കേണ്ട സാധാരണ മനുഷ്യരെന്ന കാര്യത്തിൽ

തർക്കമില്ല.

ഉണ്ണ്യാലൻ പടി ഇറങ്ങും മുമ്പെ പറഞ്ഞു; ചില വിഭവങ്ങൾ സദ്യയിൽ വിളമ്പാത്തവരത്രെ ഗ്രാമകുലീനർ. എല്ലാം മറക്കുക. ആവർത്തിക്കരുത്.

മായ ശിരസ്സിളക്കി. അവൾ ആത്മനിർവൃതിയിൽ സ്മരിച്ചു. ഈ ദിവസം ഒരു തിങ്കളാഴ്ചയാണ്. എന്റെ ശശി വെളുക്കും മുമ്പെ നഗരത്തിലേക്കു പുറപ്പെട്ടുമ്പോൾ ചോദിച്ചിരിക്കുന്നു; വരുമ്പോൾ എന്തെല്ലാമാണ് കൊണ്ടുവരേണ്ടത്....?

ഞാൻ ആ ലിസ്റ്റ് നേരത്തെ തയ്യാറാക്കിവെച്ചിരുന്നു.

ഞങ്ങളുടെ കൊച്ചുവരാന്തക്ക് അലങ്കാരമായ് ചുമരിൽ രണ്ടു മൂന്നു ചിത്രങ്ങളേയുള്ളൂ. ഒരു ഡേയ്റ്റ് കാലണ്ടറും കുടുംബചിത്രവും തൂങ്ങുന്നുണ്ട്. അതിൽ ഒന്നായാണ് എന്റേയും ശശിയുടെയും കാല്യാണ ഫോട്ടോ സ്ഥാനം പിടിച്ചിരിക്കുന്നത്.

അമ്മയുടെ മടിയിൽ ഇരുന്ന് വായുവിനെ പിച്ചിച്ചീന്തി കൊണ്ടിരിക്കുന്ന എന്റെ ചിത്രം അച്ഛന്റേയും അമ്മയുടെയും മഹത്തായ ലൗകീക വെളിച്ചമാണ്... ഞാനെന്ന ശിശുവിന് ഉണ്ണ്യാലേട്ടനൊരു കളിപ്പാട്ടം സമ്മാനിച്ചിരിക്കുന്നു. ആ സമ്മാനം, അരികിലുള്ള വിവാഹ ഫോട്ടോയോടെന്തോ അടക്കം പറയുന്നില്ലെ...? ശശിമാത്രം അത് കേൾക്കട്ടെ!

അദ്ധ്യായം - 8

എവിടന്നു വരുന്നൂ തമ്പ്രാൻ?

ങ, താനായിരുന്നൊ ആൾ, ഒന്നും പറയേണ്ട ചങ്ങാതീ. ഇന്നും പറ്റീർക്കണു നമുക്ക് അമളി. പാദം അൽപം ഞൊട ന്തിയായിരുന്നയാൾ എകരം ഇറങ്ങിയത്.

ദേ, രഹസ്യക്കാർക്ക് ഞൊണലേൽ ചൊറിഞ്ഞുസഹായിക്കണവ ളില്ലെ, തിരിഞ്ഞു നിന്നയാൾ ജാനകിയുടെ വീട്ടിലേക്കായിരുന്നു നെറ്റി ഉയർത്തിയത്... ഒപ്പം ങാാന്ന് ഒച്ച വച്ച് പാദം തിരുമ്മി.

പാവം! കല്ലേറ് വാങ്ങിയിരിക്കുന്നു.

ഒരു പകൽ ഉദ്ദാരണം പകയായി മാറിയ ദുഃശ്ശകുനം എന്നല്ലാതെ എന്തു പറയാൻ ഈ കാഴ്ചയെ കുറിച്ച്...

തമ്പ്രാൻ മൊടന്തിയ വഴി മറ്റൊരാൾ പ്രത്യക്ഷനായിരിക്കുന്നു. രാവുണ്ണേ്യട്ടൻ.

ആൾ പെൻഷൻ പറ്റിയ വൃദ്ധനാണെങ്കിലും നമുക്ക് ചുറുചുറുക്കുള്ള ഇടപാടുകാരനായിരുന്നു. പെട്ടെന്ന് എന്തുപറ്റി ആവൊ അങ്ങേർക്ക്!

'ധർമ്മസങ്കടം' ഇങ്ങനൊരു അവസ്ഥ പൊതുജനങ്ങൾ പലവിധം കേട്ടും അനുഭവിച്ചിട്ടുമുണ്ട്. ഇപ്പോൾ മുഖാമുഖം നിൽക്കുന്ന രണ്ടു മൂപ്പി ലാന്മാർക്കും നാട്ടുമര്യാദ പാലിക്കാതെ മുന്നോട്ടു കടന്നു പോവുക സാധ്യമല്ല. അത്ര ശക്തമാണ് ഇവിടത്തെ ഊരുനിയമം. ഈ ചിരകാല വൈരികൾ കുറ്റ്യാടിക്കാരാണ്... മിണ്ടിയാലും മിണ്ടിയില്ലേലും പാർശ്വ ഫലം നിശ്ചയം.

ങും...? വഴിയിൽ നിന്ന് കാലിൽ തടവി പിറുപിറുത്ത തമ്പ്രാനു നേരെ രാവുണ്ണേ്യട്ടൻ വരണ്ട തൊണ്ടയനക്കി.

ങാ.- അതിപ്പൊ, പുതിയ സംഭവവികാസങ്ങളൊന്നും അറ്യണ്ടായി ല്യാന്ന് തോന്നുണ്വൊ അവിടന്ന്. ആൾ നിവർന്നു നിന്നു. ഇടുപ്പിൽ കൈതാങ്ങിയാണ് വേദന സഹിക്കുന്നവൻ വാ തുറന്നത്.

'എന്താണാവൊ അങ്ങിനൊരു സംഭവം?'

അവൾക്ക് ചുറുചുറുക്കുള്ള ഡ്രൈവർ വേണംന്ന്.. ഒന്നു

പരീക്ഷിക്കരുതൊ താങ്കൾക്ക്? ജാനകിയുടെ വീട് ചൂണ്ടിയാണ് സംസാരം.

ഡ്രൈവറെന്ന നടപ്പഭാഷയിലെ ദ്വയാർത്ഥം രാവുണ്ണിക്കറിയാം.

തമ്പ്രാന്റെ രോഗത്തിന് ഔഷധം വേറെയാണ് പക്ഷെ, കാലാവസ്ഥ പഠിക്കാതെ വഴിയിൽ വലയുന്ന ശുനകനെ കല്ലെറിയരുത്...

തങ്ങൾ തമ്മിലുള്ള പൂർവ്വവൈരാഗ്യം ജനങ്ങൾക്കിടയിൽ പരസ്യ മായ രഹസ്യമാണ്... ആരു തുല്യ പ്രവൃത്തിയിൽ ഏർപ്പെടുന്നുവൊ അവർ തമ്മിലാണ് ക്രമേണ ശത്രുതയെന്ന് കേട്ടിട്ടില്ലേ... പക്ഷേ തന്നെയും ജാനകിയെയും ചേർത്തുള്ള തമ്പ്രാന്റെ ഡ്രൈവിംഗ് ധാരണ തെറ്റാണ്...

തമ്പ്രാൻ തന്റെ പ്രതികരണത്തിന് കാതോർക്കുകയാണ്.

'ഇല്ല. കഴിയില്ല കേട്ടോ.' നിർജീവമാണ് രാവുണ്ണ്യേട്ടന്റെ നിഷേധം.

'എന്തേ?'

ഓ.... അതിപ്പോ എങ്ങിനെ ശരിയാവും..! 'ക്ഷ' എഴുതിക്കുന്നതല്ലെ തോൽപ്പിക്കാൻ തുനിഞ്ഞവർ മുന്നോട്ടു നീട്ടുന്ന പരീക്ഷ. എനിക്കാണെ ങ്കിൽ ഒരു ഹെവി ഡ്രൈവിങ്ങ് ടെസ്റ്റിന്റെ നല്ലേരിക്ക കഴിഞ്ഞിട്ടില്ല...

'ഭാഗ്യവാൻ!' മുള്ളുപോലെ കൂർത്തുള്ളതാണ് തമ്പ്രാന്റെ കത്രിച്ചു നിർത്തിയ കൺപുരികങ്ങൾ. ശത്രുവിനെ കേൾക്കുമ്പോൾ തലങ്ങും വിലങ്ങും കണ്ണുകൾ വാൾ ചുഴറ്റും ശീലമാണ് അദ്ദേഹത്തിന്റേത്. ആ കണ്ണുകൾ ഇന്ന് പെട്ടെന്ന് ഇളക്കം നിർത്തിയിരിക്കുന്നു. എന്തിനൊ ഒരു നിമിഷം ആ കണ്ണുകൾ രാവുണ്ണ്യേട്ടനു നേരെ വെട്ടിത്തിളങ്ങുകയായി... ശേഷമായിരുന്നു കടന്നു പോവുക എന്ന ട്രാഫിക് നിയമത്തിലെ സുഗമ ആംഗ്യം മുന്നോട്ടു ലഭിച്ചത്. അന്ന് ആദ്യമായി തന്റെ ആജന്മ ശത്രുവിനെ പ്രസന്ന വദനനായ് രാവുണ്ണി കാണപ്പെട്ടു!. പിന്നെ നിവർത്തി പിടിച്ച കുട ചുരുക്കി ജാനകിയുടെ ഉയർന്ന പറമ്പിൽ വെച്ചു. എന്നിട്ട് ചുകന്ന മണൽ ഇടിഞ്ഞിറങ്ങിയ കൊള്ളിൽ വലിഞ്ഞു കയറി. പിടിച്ചുകയറാൻ ഒരു പ്ലാവു വേരു ലഭിച്ചിരുന്നു.

ആരോഗ്യം കൂട്ടില്ലാത്തവൻ നിസ്സഹായനായി ചുറ്റുവട്ടം വീക്ഷിച്ചു. ജാനകിയെന്ന തിളക്കമുണ്ടൊ ഈ പരിസരത്തെങ്ങാനും. മനസ്സിൽ വലിയ കാറ്റടിക്കുമ്പോൾ നിസ്സഹായരുടെ ശീലമാണീ തെരച്ചിൽ. ഒന്നു തന്റെ മകളെ ഉച്ചത്തിൽ വിളിക്കാൻ അവൾ സഹകരിച്ചിരുന്നെ ങ്കിൽ മകളുടെ ചുമലിൽ താങ്ങി വീടെത്താമായിരുന്നു. ക്ഷീണം അത്ര കഠിനമാണ്. ജാനകിയെ ആ പരിസരത്തെങ്ങും കണ്ടില്ല. ബഹുമാനി ക്കേണ്ടവരെ അപമാനം പേറിനിൽക്കുന്ന നിമിഷം ചിലർക്കു മുഖം കാണിക്കുക സാധ്യമല്ല.. തീർച്ചയായും അവൾ ഇവിടെങ്ങോ ഉണ്ട്. കമുകു കടയിൽ കെട്ടിയിട്ട അവളുടെ കറവപ്പശുവാണ് ചെറുതായ് സാന്നിധ്യം അറിയിച്ചത്. മൃഗം ഒരു വലിയ ഉച്ഛ്വാസം കേൾപ്പിച്ചിരിക്കുന്നു.

ഒപ്പം വാലിളക്കി.

കുട വീണ്ടും നിവർത്തി.

പ്രകൃതി അപൂർവ്വം ചില മനുഷ്യരിൽ നിക്ഷേപിക്കപ്പെട്ട അമൂല്യനിധിയുണ്ട്. അവ സൂര്യകിരണങ്ങളാണ് സമയമാകുമ്പോൾ തിരികെ വാങ്ങി പ്രകൃതിയെ ഏൽപ്പിക്കുന്നത്!... സൂര്യനും പ്രപഞ്ചത്തിന്റെ ഇങ്ങനൊരു ഉദ്യോഗസ്ഥനാണ്.!

രാവുണ്ണ്യേട്ടൻ ചൂടുപിടിച്ച അന്തരീക്ഷത്തിൽ നീലിപ്പ മാറാത്ത സുന്ദരമായ മലകളെ നോക്കി മെല്ലെ മന്ത്രിച്ചു : ഹാ.... മലകളെ, പുണ്ണ്യഭൂമി ധരിച്ച മഹദ് ഗർഭമാകുന്ന നിങ്ങളെനിക്ക്... ഈ നിസ്സഹായന്റെ ചിന്ത എന്തുകൊണ്ട് അങ്ങനെന്ന് അറിയാമൊ നിങ്ങൾക്ക്. ഓരോ അദ്ധ്യാപകനും നല്ല വിദ്യാർത്ഥികൾക്കായി നൊന്തുകൊണ്ടിരിക്കുന്ന ഭൂമിയിലെ ഗർഭമാകുന്നു...!

സൂര്യോദയം കഴിഞ്ഞ് നാഴിക ഇത്ര പിന്നിട്ടിട്ടും എന്തേ ഇന്ന് മലകൾ മഞ്ഞു കുപ്പായം അഴിച്ചു മാറ്റിയില്ല? ശരീരമന്ന് അകാരണമായി വിയർപ്പ് ഇളക്കികൊണ്ടിരുന്നു. ധരിച്ച വസ്ത്രമുരിയാൻ ധൃതിയുണ്ടയാൾക്ക്.....

മടക്കിയ കുട വീടിന്റെ ഇറയ വളയിൽ ഞാത്തിയിട്ടു. കാലുകൾ കഴുകാൻ കിണ്ടി പൊക്കിയപ്പോഴെ വരാന്തയിലിട്ട മേശക്ക് അരികിൽ ഒരു നിഴലിളക്കം കാണ്മാൻ കഴിഞ്ഞു. ഏതോ സ്വപ്നത്തിൽ മുഴുകിയിരുന്ന പെൺകുട്ടി ബഹുമാനത്തോടെ എഴുന്നേറ്റുനിന്നിരിക്കുന്നു. ഏതാണ്ട് എഴുതുകയായിരുന്നൊ അവൾ? ഏതാണാവോ ഈ പെൺകുട്ടി? വെയിലിൽ വന്നതുകൊണ്ട് കണ്ണുപിടിക്കുന്നില്ല.

ഓ... കുഞ്ഞായിരുന്നൊ. നെറ്റിക്ക് വിലങ്ങനെവച്ച കൈപ്പത്തി മാറ്റി. മോളിരിക്ക്.

രാവുണ്ണ്യേട്ടന്റെ ശക്തിക്ഷയം സംഭവിച്ച സ്വരം കേട്ടാണ് എച്ചൂട്ടി അടുക്കളയിൽ നിന്ന് പുറത്തോട്ട് എത്തി നോക്കിയത്. ങ്ദേ, ഇവിടത്തെ തൊണ്ടൻ ഇന്ന് എളുപ്പം തിരിച്ച് എത്തിയല്ലൊ... അങ്ങേർ രസത്തിൽ പറയുന്നതു കേട്ടില്ലെ ഉടലിൽ തിളക്കം കണ്ട ഒരു പെണ്ണിനോട്, 'പണ്ടൊക്കെ ഇങ്ങേരെന്ന യജമാനന്റെ മണം അടിച്ചാമതിയത്രെ, വളർത്തുപട്ടി അങ്ങോട്ട് ചെന്ന് വാലാട്ടാൻ.' ത്ഫൂ...! മനസ്സുകൊണ്ടവൾ നന്നായൊരു ആട്ടേകി അങ്ങോരുടെ തുടർ സംസാരം കേട്ടു നിന്നു.

ഇപ്പോ നോക്ക്, അവനെ വടി എടുത്ത് ഇങ്ങനൊന്ന് ഞോണ്ടിയാലും, ഹേങ്ഏ.... ദേ, കണ്ടില്ലെ ഇങ്ങോട്ടും നോക്കിയുള്ള ആ യജമാന സ്നേഹം...

പരാമർശം നായയെക്കുറിച്ചായിരുന്നെങ്കിലും സാരം അകത്തേക്കാണെന്നാണ് എച്ചൂട്ടി തെറ്റിദ്ധരിച്ചത്. സമയദോഷം വരുന്നത് ആരുടെയും ശാരീരികാവസ്ഥ നോക്കിയല്ലല്ലോ!

എച്ചൂട്ടി ഉള്ളെരിച്ചല്വമായി വരാന്തയിലോട്ട് കയറി വന്നിരിക്കുന്നു.

അതാ എന്റേം ചോദ്യം, ട്ടോ... കണ്ണിൽ പുച്ഛം. എന്തിനാ ഇത്തരം നായകളെ കുടുംബം വളർത്തണത്. ചോറ് ഇവടേം കൂറ് അവിടേയും.... ജാനകിയുടെ വീട് ചൂണ്ടിയാണവൾ അക്രോശിച്ചത്. വന്ന് വന്നിപ്പം വീട്ടിലേക്കുള്ള വഴിയും ആ പടി കടന്നായി... അസ്സലാകുന്നുണ്ട് ലൗകീക ജീവിതം.......!

മായയുടെ മുഖത്ത് പ്രകാശം വറ്റുന്നത് മുതിർന്നവർ ശ്രദ്ധിച്ചില്ല. കടന്നുപോകുന്ന കാലഘട്ടത്തിന്റെ പ്രത്യേകതയാവാം സ്വരചേർച്ച യില്ലെങ്കിലും കണ്ടാൽ കെട്ടുറപ്പ് തോന്നിക്കുന്ന കുടുംബ ബന്ധങ്ങൾ. ദിവസത്തിൽ ഒരു നേരമെങ്കിലും ഇവർക്ക് മനുഷ്യമൃഗങ്ങളാവണം... ശരീരമില്ലാതെ കൊമ്പ് കൊരുത്തിരിക്കയാണ് ഇവിടെയും രണ്ട് മനുഷ്യ ജീവികൾ.

രാവുണ്ണ്യേട്ടൻ എച്ചൂട്ടിയുടെ കുത്തുവാക്കുകൾക്കൊന്നും ഈയിടെ ചെവികൊടുക്കാറില്ല. വർഷങ്ങൾ ഇരുപത്തിഅഞ്ചും പിന്നിട്ട കലാപ രിപാടിയാണല്ലോ ഈ നേരവും തുടരുന്നത്... പണ്ടൊക്കെ അന്യരെ കേൾപ്പിക്കാതായിരുന്നീ അഭ്യാസ മുറകൾ തുടർന്നത്. ഇപ്പോൾ പരസ്യമായും തുടങ്ങി... ങ്ഹാ... ഇനിയിപ്പോ എന്തായാലെന്ത്, ശേഷി ക്കുന്ന തന്റെ ചൂട് ആറിയാൽ ആളൊഴിഞ്ഞ ഒരു ഭാഗത്തേക്ക് ഒതുക്കി വെക്കാനുള്ള പരിപാടിയെ ശേഷിക്കുന്നുള്ളൂ. സ്ത്രീകളെന്നുവച്ചാൽ തനി ക്കുള്ള കാഴ്ചപ്പാടിൽ വ്യത്യസ്ത വീര്യത്തിൽ നിർമ്മിതരാണ്. കാഴ്ചയിൽ ഉടലിന് പുഷ്പമാർദ്ദവമാണെങ്കിലും കട്ടപ്പത്തിൽ ജാഫാണം പുകയില തോറ്റിരിക്കും ചില സ്ത്രീകളോട്...! അനുഭവസ്ഥർ പറയുന്നതാണ് നേര്... കാഴ്ചയിൽ തന്റെ കുടുംബം മാതൃകാപരവും ഉപരിതലം ശാന്തവുമാണ്. കാമഭോജനമില്ലാതുയർത്തിയ ഒരു കറുത്ത മതിലിവിടെ ഗർജ്ജിക്കു ന്നത് ആരു കേൾക്കാൻ... അദ്ദേഹം സ്വന്തം ദേഹത്തെ വീക്ഷിച്ചു. ആ മതിലേൽ അള്ളി കയറാൻ ശ്രമിച്ചുശ്രമിച്ചീ കൈകാലുകൾക്കിപ്പോൾ നഖങ്ങളില്ല...! കുറ്റം മതിലല്ല. ഉയരമാണ്....

അദ്ദേഹത്തിന്റെ പത്നി വാ തുറന്നിരിക്കുന്നു: അയാൾ ചെവി കൊടുത്തു.

ഞാൻ വിളിച്ചിട്ടാ ഇവൾ വന്നത്. കൊച്ചിമ്പി ബോംബെയിലേ ക്കു പോകുമ്പോൾ കൊടുത്തയക്കാൻ ഒരു പാർസലുണ്ട്. അതിൽ വൃത്തിയായി വിലാസം എഴുതാൻ വിളിച്ചതാ ഇവളെ.

ഓ.

അഭിമന്യുവിന് ബോംബേ നഗരത്തിൽ ഉദ്യോഗം തരപ്പെട്ടെന്നറി ഞ്ഞിരുന്നു. തന്റെ ഹൃദയാസ്വാസ്ഥ്യം തുടങ്ങിയ ശേഷം കൈ വിറയലും തുടങ്ങിയിട്ടുണ്ട്. എന്തെല്ലാം എഴുതാൻ ബാക്കി വെച്ചിരിക്കയാണീ ജീവിതം. മനസ്സിൽ കൊച്ചുമകളെക്കുറിച്ചൊരു സന്തോഷം ഉടലെടുത്തു...

പക്ഷെ വെളിയിൽ പ്രകടമാക്കിയില്ല.

പാർസൽ ആർക്കെന്നും തിരക്കിയില്ല. ആയ്ക്കോള്ള എന്ന ഭാവ മായിരുന്നു മുഖപ്രകടനം.

മകരത്തിലെ സുഗന്ധമയിയായ ഇളമാവുപോലായിരുന്നല്ലോ തനിക്ക് പിറക്കാതെ പോയ ഈ സുന്ദരിയായ മകളുടെ സാന്നിധ്യം രാവുണ്ണിമാഷ്ക്ക് അനുഭവപ്പെട്ടത്. അവൾ ഈ മലയോര ഗ്രാമത്തിന്റെ സൗഭാഗ്യമാണ്..! എച്ചൂട്ടിയുടെ സാന്നിധ്യം ഈ മകളിൽ നിന്ന് അനുഭ വിക്കേണ്ട സുഗന്ധത്തിന് വിഘ്നം സൃഷ്ടിക്കുന്നു...

മോഹഭംഗങ്ങൾ കലഹം വയ്ക്കുന്ന കാലമാണ് വാർദ്ധക്യം..! ഏതൊരു കുടുംബത്തിലും ഇതുപോലൊരു സന്ദർഭം ആഗതമായാൽ കാണാമറയത്തിരിക്കുന്ന കുറ്റങ്ങളും കുറവുകളും പുറത്തു ചാടും...

ദാമ്പത്യത്തിൽ ഭാഗ്യക്ഷതമുള്ളവന്റെ പുകച്ചിൽ വികൃതമാണ്!. പ്രത്യേകിച്ചും അനാരോഗ്യൻ. രാവുണ്ണ്യേട്ടൻ എന്തിനൊ തന്റെ കാഴ്ച പാടിലുള്ള ഗിരിമാലകൾക്കു ചുറ്റും കണ്ണോടിച്ചു... ഏതു സാഹിത്യകാര നാണാവോ ഉയരങ്ങളിലോട്ടു നോക്കി വിലപിച്ചത്, 'താഴ്ന്ന മലകളെ, നിങ്ങളെ ഒരു കുന്നായ് തരം താഴ്ത്താം, അരികിലൊരു പർവ്വതമുണ്ടെ ങ്കിൽ'....

മുതിർന്നവർ തുടരുന്ന രൂക്ഷഭാവങ്ങൾ പൂർവ്വാധികം കടുത്തിരുന്നു. എന്നെ ഒരിക്കലും ഇങ്ങേരൊടൊത്ത ശാപദാമ്പത്യത്തിൽ ഇഴ ചേർത്ത രുതേ എന്ന അപേക്ഷയാണ് ഭാഷയിൽ പ്രകടമായത്... ഈ ദാമ്പത്യ മുറവിളികൾ വെളിയിൽ കടക്കുന്നില്ല. ഉയരമുള്ള മതിലുണ്ടവിടെ...

എന്റമ്മേ... പെട്ടന്നയാൾ നെഞ്ചിൽ കൈ അമർത്തി കിഴക്കോട്ടു മുഖം തിരിച്ചു നിന്നു കളഞ്ഞു. നേരം ഒട്ടും പിഴയ്ക്കാതാണല്ലോ ഇന്നിവൻ മതിൽ ചാടി അകത്തു പ്രവേശിച്ചത്! രാവുണ്ണി വേദനയോടെ മുഖം തിരിച്ച് തൂണിൽ ചാരി അകലേക്കു നോക്കിനിന്നതോടെ എച്ചൂട്ടി നിന്നില്ല. അന്യരുടെ മുമ്പിൽ വെച്ച് മറ്റുള്ളവരെ നിന്ദിക്കുന്ന ശീലമാണ് ഇയാളുടേത്. അതല്ലെ ഈ മുഖം തിരിച്ചുള്ള കൊഞ്ഞനംകുത്ത് സൂചി പ്പിക്കുന്നത്. കലിപ്പ തീരാതാണവൾ തിരിച്ചു പോയത്. ഈ പെൺകുട്ടി പൂർണ്ണമായി തങ്ങളുടെ കുടുംബവിഴുപ്പുകൾ കേട്ടുകൂടല്ലൊ - ഇപ്പോഴാണ വൾക്ക് കടന്നുപോയ നിമിഷങ്ങളെക്കുറിച്ച് അല്പം ബോധമുണർന്നത്.

എന്തേ, എന്തുപറ്റി നിങ്ങൾക്കെന്ന കുടുംബസാന്ത്വനം കേൾക്കാൻ കൊതിയുണ്ടയാൾക്ക് - എങ്കിലും എല്ലാം ഉള്ളിലൊതുക്കി ശീലമായി പോയവനാണ് ഇന്ന് രാവുണ്ണി. ആദ്യവിസ്ഫോടനത്തിൽ തന്നെ അകമേ വൻ വിള്ളലേറ്റിരുന്നു... ഞാൻ എന്നെക്കുറിച്ച് ആഖ്യായിക നടത്തിയ വേദനകൾ ഇതിനു മുമ്പും അനവധിയാണ്. ആ സന്ദർഭ ങ്ങൾ കണ്ണുനീർ നനവില്ലാതെ ഹൃദയത്തിന് അതൊക്കെ കൈകാര്യം ചെയ്യാൻ സാധ്യമായിരുന്നു. ഇനിയിപ്പോൾ ഉൾക്കരുത്തന്ന

വിശ്വാസത്തിന് ഒന്നും സാധ്യമാകില്ലാത്ത വേദനയാണ് തുടരുന്നത്...

കുടുംബജീവിതം എന്നു പറയുന്ന സംതൃപ്തി ഒരു യുദ്ധം ജയിച്ചതേക്കാൾ മികവുള്ളതാകുന്നു. വൈകാരികതയിൽ ഭാവങ്ങൾ ഏറെയുള്ളവളെ, ഭൂമിയിലെ ഒരു മികച്ച ഫലവൃക്ഷമാകുന്നു നീ...! സംശയമില്ല, പക്ഷെ വേരുകൾ ഭൂമിക്ക് അടിയിൽ അമർന്നിരിക്കുമ്പോഴാണ് അതിന് ഭംഗിയെന്നറിയുക...

ഷർട്ട് ഊരി ചുമരിലെ കൊളുത്തിൽ തൂക്കിയ ശേഷം നിവർത്തിയിട്ട ചാരുകസേരയിൽ അമർന്നു കിടന്നു. ഇന്ന് അയാൾക്ക് നാക്കിന് പൊള്ളലേറ്റ വേദനയാണ് മുഖത്തു തെളിഞ്ഞത്... ഹൃദയഭാഗത്തിൽ കൈ അമർത്തി പിടിച്ചു. എന്തൊരു വിയർപ്പാണിതപ്പാ അസ്വാഭാവികമായി തുടരുന്നത്. നെഞ്ചിൽ മുറുകെ പിടിച്ച കൈ അയഞ്ഞു. ശബ്ദം കുറച്ച് ഒച്ചവച്ചുപോയ്, എന്റമ്മേ...! കഴുത്ത് ഒരുവശം ചെരിഞ്ഞതോടെ ഒരു ഞരക്കം കൂടി ധൃതി വെച്ച് പുറത്തേക്ക് ഇറങ്ങിപ്പോയിരുന്നു. ഒരു നിയോഗം പോലെ ആ പുറപ്പെട്ടുവിച്ച സ്വരം ആരും കേൾക്കാൻ ഇടയായില്ല...! എന്നും ഈ സ്വരം രഹസ്യമായിരിക്കാൻ അയാൾ ആഗ്രഹിച്ചതായിരുന്നു. ഈ അന്ത്യനിമിഷത്തിലും തന്റെ രഹസ്യസ്വരത്തിന് ആഗ്രഹം നിർവഹിക്കാൻ സാധ്യമായിരിക്കുന്നു...!

വായിലൂടെ രക്തം പുറത്തോട്ടൊഴുകി. നിറം ചാർത്തിയ മൃത്യു...! താഴെ ഇറയത്തിൽ കിടന്ന പട്ടി ജീവാപഹരണം നടത്തിയ കാലഭൈരവന്റെ പോക്കു കണ്ടിരുന്നു.... അലമുറ കൂട്ടാതെ നിവൃത്തിയില്ലാ ജന്തുവിന്. തന്റെ കാലരൂപം നായയാണെങ്കിലും മനുഷ്യരോട് ഇണങ്ങിയ ബുദ്ധിയിലായിരുന്നവന്റെ മാന്യജീവിതം.

ശ്ശീ... പോ പണ്ടാരെ ഇവിടന്ന്, എന്തൊരു ശല്യപ്പാ ഈ ജന്തുവിനെക്കൊണ്ട്. നിന്റെ മറ്റവൻ ചത്തുപോയൊ ഇങ്ങനങ്ങു മോങ്ങാൻ? എച്ചൂട്ടി വടിയുമായി നായയെ ആട്ടാൻ വരാന്ത കയറിയപ്പോഴാണ് വെളിയിൽ നടന്ന സംഭവം കാണുന്നത്. ആദ്യം ഒന്നു പകച്ചു പോയി. എങ്കിലും അനങ്ങിയില്ല. കാലങ്ങളായി ഉള്ളിലാഗ്രഹിച്ച മാന്യമായ അന്ത്യമാണല്ലൊ ഇങ്ങേർ ഇപ്പോഴെങ്കിലും കാഴ്ചവച്ചത്.

തെല്ല് അവിശ്വാസ്യതയോടാ മുഖം നോക്കിക്കണ്ടു. അതേ, വൈന്റ് തീർന്ന ഘടികാര സൂചിയുടെ അവസാന മിടിപ്പായിരുന്നയാൾ കാണിച്ചത്...

എടീ ശാരദേ, ഒന്നു വന്നേ ഇവിടെ.... ഇപ്പോൾ അകത്തോട്ട് പുറപ്പെട്ടുവിച്ച സ്വരത്തിൽ ഏതെല്ലാമോ ഗൂഢ തീരുമാനങ്ങളുടെ ഗർവ്വ് മുഴങ്ങുന്നുണ്ട്...

പിന്നെ പെട്ടന്നായിരുന്നു കനം വച്ച അന്തരീക്ഷത്തിൽ അലമുറയും ബഹളവുമൊക്കെ, അപ്രതീക്ഷ മഴപോലെ പൊട്ടിപുറപ്പെട്ടത്.

ശാരദയുടെ അലമുറകേട്ട് ആദ്യം ഓടിയെത്തിയവൾ ഏറ്റവും അടുത്തുള്ള അയൽക്കാരിയായിരുന്നു. എല്ലാം മറന്നവൾ തന്റെ നിശ്ശബ്ദനായകന്റെ അവസ്ഥയിലോട്ടു നോക്കി തകർന്നു പോയി. എന്റെ രാവുണ്ണ്യേട്ടാ അങ്ങു പോയോ ഇത്ര വേഗം, എന്നലറി മുട്ടുകുത്തി ഇരുന്നാ മാറിൽ പുണർന്നതേ ഓർമ്മയുള്ളവൾക്ക്. പിന്നീട് അരങ്ങേറിയ മറ്റൊരു രക്തച്ചൊരിച്ചിലിന്റെ ദൃക്സാക്ഷിയാണ് മായ.

ഇനി ഇല്ലാത്ത തന്റെ അയൽക്കാരനു സമർപ്പിക്കാൻ ആത്മാവിന്റെ ചൂടിൽ ഒരുക്കപ്പെട്ട കുറച്ചു വിറകുകളെ, സ്വന്തമായി അവൾക്കുള്ളു. അതു വെച്ചു മൂടുകയാണാ ദേഹമവൾ.

കുരിശിൽ നിന്ന് ഇറക്കിയ യേശുവിനരികിൽ നിന്ന മഗ്ദലനാ മറിയത്തെ ഓർക്കാത്ത ഒറ്റ കൃസ്ത്യാനികളും ഇപ്പോൾ അവിടേക്കെത്തിയ അയൽക്കാരിൽ കാണുകയില്ല...

ഇനി എന്റെ ആയുസ്സിന്റെ അറ്റംവരെ നിങ്ങളെ ഞാൻ കൊണ്ടു പോകുന്നു...!

ജാനകി അവിടന്ന് ഇറങ്ങാൻ തിരിഞ്ഞപ്പോഴായിരുന്നു മായ ഞെട്ടിതരിച്ചത്. ഇത്ര ഭയാനകമായിരുന്നോ ഈ സ്ത്രീ സഹിച്ചുകൊണ്ടിരുന്ന ശാരീരിക പീഡ? അവളുടെ തലയോട്ടി, മലവെള്ളം പോലെ രക്തം തറയിലിറ്റിക്കുന്നുണ്ടായിരുന്നു...!

അയ്യൊ ഒന്നു നിൽക്കണെ അവിടെ, മായ പിന്നാലെ ചെന്നപ്പോൾ തടഞ്ഞു. അരുത് മകളെ, എന്നെപോലെ നീയും ആ, പവിത്രപാപിയുടെ രക്തത്തിൽ കാൽതെന്നി വീഴരുത്!. ഈ നീരാളി ഛർദ്ദിച്ച വീര്യത്തിന് മികച്ച വിലയുണ്ട്...! ഞാൻ അതിൽ ചവുട്ടി തെന്നിവീണിരിക്കുന്നു... കുട്ടി കണ്ട സത്യം ഈ നാട് അറിയരുത്! ഞാൻ പറയുന്നതുപോലെ നാടിനെ വിശ്വസിപ്പിച്ചാൽ മതി.

ശാരദ മായയുടെ വിങ്ങുന്ന ചുണ്ടുകളുടെ ചലനങ്ങൾ സ്വയം പ്രകൃതിയുടെ ശാസന അനുസരിച്ച് ശ്രദ്ധിക്കുന്നുണ്ടായിരുന്നു... മായ വരൂ, എന്റെകൂടെ. മറ്റാരും കേട്ടുകൂടാത്ത ഒരു കാര്യം പറയുവാനുണ്ടെനിക്ക്. സഹകരിക്കില്ലെ എന്നോട്? മായയുടെ കണ്ണുകളിലോട്ടു നോക്കിയുള്ള ശാരദയുടെ ദയനീയമായ അപേക്ഷ.

വാതിൽ അടഞ്ഞു.

ജനങ്ങൾ ഓടിയെത്തികൊണ്ടിരുന്നു. നന്ദനൻ വൈശ്യർ മുമ്പിലുണ്ടായിരുന്നു.

ഓാ... ഇങ്ങിനെയൊ ഇവിടെ സംഭവിച്ച ദുരന്തം...? അയാൾ പരിസരം ആഴത്തിൽ വീക്ഷണം നടത്തി.

വൈശ്യരാണ് എച്ചൂട്ടിയുടെ നിശ്ചലാവസ്ഥ മാറ്റിയെടുത്തത്. അമ്മ വഹിക്കേണ്ട ചില അസുലഭ ചുമതലകൾ മകൾ ചുറ്റുചുറുക്കോടെ

ഏറ്റെടുത്തു! അങ്ങിനെ ചെയ്യിക്കാതെ നിവൃത്തിയില്ലല്ലൊ, സ്നേഹമുള്ള അയൽക്കാരന്... പെൺനുണ ചില മൃത്യുവിന്റെ മാറ്റ് കൂട്ടും...

തലയിൽ കൈ അമർത്തി ചുമരിൽ ചാരി ഇരുന്ന എച്ചൂട്ടിയുടെ കരച്ചിൽ അപ്പോഴേക്കും ഉച്ചസ്ഥായിയിൽ എത്തിയിരുന്നു. കാഴ്ചക്കാർക്ക് പ്രിയ ഭർത്താവു നഷ്ടമായ സ്നേഹമയി തന്റെ ധാടിയും മോടിയും മറന്ന് കൂട്ടുന്ന അലമുറയിൽ അയൽക്കാരായ കാഴ്ചക്കാർക്ക് സങ്കടം ഉണ്ട്... മരണാനന്തര കർമ്മം അറിയുന്ന വൈശ്യരുടെ സാന്നിദ്ധ്യം പിന്നെ കാര്യങ്ങൾ കുറ്റമറ്റതാക്കിക്കൊണ്ടിരുന്നു...

****

പ്രിയ ഇമ്പിച്ച്യേട്ടാ ഉടൻ വരില്ലെ അങ്ങ് - ബന്ധുവിന്റെ അടിയന്തിരം ഉണ്ണാനല്ല. ഈ നാടിന്റെ ഭംഗി മറ്റാരെക്കാളും മനോഹരമായി വർണ്ണിച്ചു കേൾപ്പിച്ച കവിയാണ് താങ്കൾ എനിക്ക്.

"കുറ്റ്യാടിയിലെ അങ്ങയുടെ കാമുകിക്ക് രചിക്കപ്പെട്ട പ്രണയലേഖനങ്ങളല്ലെ, ഇന്നും ഇവിടത്തെ മലകളോരോന്നും...!!" അവയെല്ലാം ഇടിഞ്ഞു വീഴുന്നതായി തോന്നുന്നെനിക്ക്...

ഒരു മാന്യവ്യക്തി ഇരുപത്തിഅഞ്ചു വർഷങ്ങൾ തന്നേപ്പോലൊരു സ്ത്രീയോട് കാണിച്ച നിഷ്കാമ ചെയ്തികൾ മറ്റുള്ളവരെ ബോധ്യപ്പെടുത്താൻ ഒരു കവിയല്ലാതെ മറ്റേതു മനുഷ്യനാണ് യോഗ്യൻ? അത് സത്യമായും അയൽക്കാരിയോടുള്ള മൗനാനുരാഗമായിരുന്നില്ല പ്രകടിപ്പിച്ചത്. മനുഷ്യ നന്മകളുടെ ഏഴ് ആകാശങ്ങളായിരുന്നിവളുടെ അനുഭവമെന്ന് നാട് അറിയേണ്ടതല്ലേ?

വേഗമെത്തൂ. ആ വക സത്യങ്ങൾ ഏറ്റവും നേർത്ത ഭാഷയിൽ സാധാരണക്കാരേ കേൾപ്പിക്കാൻ അനുഗ്രഹീത കവികൾക്കേ വാചകങ്ങൾ അറിയൂ.

ദേശത്തിന്റെ മലകളിൽ അന്ന് അകാലത്തിൽ ഇടിമുഴങ്ങാൻ തുടങ്ങി... എന്താണാവോ തന്റെ ഉദ്ദേശശുദ്ധിയെ വിലക്കുകയാണോ ആ ഉയരങ്ങൾ? ഭൂമിയുടെ ആണിക്കല്ലുകൾ ഇളകും വിധമായിരുന്നാ ഇടിമുഴക്കം... ജീവിതത്തിൽ ആദ്യമായ് ഭീതിതയാവുകയാണ് ജാനകി...

മെല്ലെ രക്തനനവാർന്ന ശയ്യയിൽ കണ്ണുകൾ തുറന്നു. ഒന്നും കാണ്മാൻ വയ്യ. ഉണ്ണ്യാലന്റെ നാട്ടു ചികിത്സ രോഗിയുടെ ശരീരം സ്വീകരിച്ചിരുന്നില്ലേ...

കഴിവതും രോഗിയെ എഴുന്നേൽപ്പിക്കാതാ വസ്ത്രങ്ങൾ മാറുക അല്പനേരം കൂടി നിവർന്നു കിടന്നുള്ള വിശ്രമം ആവശ്യമുണ്ടവർക്ക്.

രോഗി അവശയെങ്കിലും അവൾ പ്രതീക്ഷിക്കുന്ന കാളവണ്ടി

മണികിലുക്കി കുറ്റ്യാടിയുടെ ഒന്തങ്ങൾ ഓരോന്നും കയറുന്നുണ്ടായിരുന്നു... മനുഷ്യരുടെ രഹസ്യ ഇഷ്ടങ്ങൾ അങ്ങിനാണ്. അതിന്റെ മുഴക്കം ചെറുതായ് മൃത്യുവിലും കേൾക്കാം...

എന്തിനായിരുന്നാവൊ, ഉദകക്രിയക്കെന്നോണം പുത്തൻ മൺകലങ്ങളിലായിരുന്നു കഴിഞ്ഞ കാലം ഈ മലകളിലേക്കുള്ള വിത്തുകൾ അത്രയും അങ്ങോർ കൊണ്ടുവന്നത്. ഒരിക്കലും ഒരു പഴയ ചാക്കിലോ സഞ്ചിയിലോ അല്ല അവ ഇവിടെ എത്തിച്ചത്. വിത്തുകൾ മലകളുടെ മാറിലും, ഉടയാത്ത പുത്തൻ കലം എന്റെ അടുപ്പിനായിരുന്നു സമ്മാനിച്ചത്... പഴയ കാലത്തിന്റെ പ്രകൃതി വൈദികാ ഒന്നു വശ്രു വേഗം...!

ജാനകിയുടെ കണ്ണുകൾ ക്രമാതീതമായ് കൂമ്പി അടയുന്നു.

ഉണ്ണ്യാലൻ മുറിയിലോട്ടു കയറിവന്നു പറഞ്ഞു; ആ ജാലകങ്ങൾ രണ്ടും തുറന്നിട്ടേക്കു മായേ - ഇവരുടെ ജീവരക്തം ശുദ്ധമാണെങ്കിലും അതിൽ നിന്നുള്ള ചൂര് ചീത്ത ഓർമ്മകളെത്തിക്കും... അവർ അല്പനേരം ശാന്തമായി ഉറങ്ങട്ടെ.

ശരി. ഞാനുണ്ടിവർക്ക് കാവൽക്കാരി. മായയുടെ സ്വരത്തിൽ ഒരു മകളുടെ കർത്തവ്യം മുഴങ്ങിയിരുന്നു...

അദ്ധ്യായം-9

സ്വന്തം ഗൃഹത്തിലേക്കാകുന്ന പെൺകുട്ടിയുടെ ഗമനം. എങ്കിലും, അനുഭവങ്ങൾ ഇവളെ ഒരു ചലിക്കുന്ന കാരാഗൃഹമാക്കിയിരിക്കുന്നെന്ന് ആരറിയാൻ...

തികഞ്ഞ വ്യർത്ഥതയിൽ കാറിന്റെ സൈഡ് ഡോർ ഉയർത്തിവെച്ചു. ഉള്ളിലെ പുകച്ചിൽ അകറ്റാൻ കാണിച്ച വ്യർത്ഥത. അരികിൽ പ്രാണതുല്യം സ്നേഹിക്കുന്ന സാത്വികനായ മുത്തച്ഛന്റെ കണ്ണുകൾ നനയുന്നതും ഏതെല്ലാമൊ ഓർമ്മകളിൽ വിതുമ്പുന്നതും ശ്രദ്ധിച്ചിരുന്നു, അവൾ. ആ കരതലം കയ്യിലെടുത്ത് തഴുകുവാനല്ലെ ഇവൾക്കാവൂ. തന്റെ ബാല്യത്തിൽ എത്ര കടലാസുകപ്പലുകൾ നിർമ്മിച്ചു തന്ന കരങ്ങളാണിത് ദൈവമേ...

തല മെല്ലെ ആ ചുമലിലോട്ടു ചായ്ച്ചപ്പോൾ അദ്ദേഹത്തിന്റെ ഉള്ളിൽ അലതല്ലിയ തിരമാലകളുടെ അലർച്ച അവളുടെ ഹൃദയഭിത്തിയിൽ തട്ടിയിരുന്നു... തന്റെ വേദന കുഞ്ഞുങ്ങൾ അറിയരുതെന്ന നിഷ്കർഷയുള്ളവനാണ് ഇമ്പിച്ചി.

സൂചിതാർത്ഥത്തിൽ കാര്യഗ്രാഹ്യമുള്ളവരെ മുതിർന്നവർ ഉപദേശിക്കാറില്ല. കുഞ്ഞുങ്ങളുടെ വളർച്ചയിൽ അഭിമാനം കൊണ്ട് സ്വയം വഴിമാറി കൊടുക്കുന്ന മാന്യന്മാരുടെ കലയാണ് ഇതൊക്കെ.

കാർ അനസ്യൂതം മുമ്പോട്ടൊഴുകി.

അഭിമന്യു ഗോമതിയെ ശ്രദ്ധിക്കാതിരുന്നില്ല. ഒരുമിച്ചുള്ള യാത്ര അപൂർവ്വമായെ തങ്ങൾക്ക് ലഭിക്കാറുള്ളുവല്ലൊ - ഇപ്പോൾ അവൾ പ്രകൃതിക്കു നേരെ കൂർപ്പിച്ച ചുണ്ടിന്റെ ചേല് കൗമാരക്കാരന്റെ ഉള്ളിലൊരു ഊഷ്മള നർമ്മം സൃഷ്ടിച്ചിരിക്കുന്നു. പക്ഷെ ഇഷ്ടങ്ങളുടെ സ്വതന്ത്രമായ പ്രകടനം പുറത്തേക്കരുതല്ലോ!

കാറിന്റെ മുൻസീറ്റിൽ അച്ഛൻ ഇരിക്കുന്നു. അഭൂത പൂർവ്വമായ മലയോര പച്ചപ്പിലാകാം അദ്ദേഹം ലയിച്ചിരിക്കുന്നത്. കനക്കുന്ന മൗനം വ്യത്യസ്ത വികാരങ്ങളാണ് പല യാത്രക്കാരിലും സൃഷ്ടിക്കപ്പെടുന്നത്.

വെളുത്ത മേഘങ്ങൾ കാറ്റിൽ പറക്കുന്ന കുറ്റ്യാടി മലകളുടെ ശിരസ്സ് ഒരു ക്രിസ്ത്യാനി വധുവെ സ്മരിപ്പിച്ചു... വേനലിലെ ഇടമഴ മലയോരത്തിന്റെ സൗഭാഗ്യമാണ്... ചീരയും പയറും പടവലവും നാളെ മലയിറങ്ങേണ്ട അദ്ധ്വാനത്തിലാണാ കർഷകർ.

മഴയും മഞ്ഞും മനുഷ്യരോട് സംവദിക്കുന്ന പ്രകൃതി കനിഞ്ഞേകിയ ഒരു നാട് - കാലാവസ്ഥ മാറുമ്പോൾ വൃക്ഷങ്ങൾ കേൾപ്പിച്ച സംഗീതവും മലകൾ പുഷ്പതൽപ്പമാവുന്ന കാഴ്ചയുമൊക്കെ പരിചയമുള്ള ഇമ്പിച്ചി പുറത്തോട്ടു നോക്കി പറഞ്ഞു: വർഷങ്ങൾ പത്തു കഴിഞ്ഞിവിടത്തെ മലകൾ ഇറങ്ങിയിട്ട്, ഭവ്യതയോടെ വൃദ്ധന്റെ അനുഭവങ്ങൾ കേൾക്കുന്ന രാജീവൻ മരുമകനാണ്.

സ്വരത്തിൽ അച്ഛൻ കുറ്റബോധം വഹിക്കുന്നപോലെ തോന്നി.

മുത്തച്ഛൻ പൂർവ്വകാല സ്മരണയിൽ ലയിച്ചപ്പോൾ ഗോമതിയും അഭിമന്യുവും അവരുടെ മാനത്തിൽ മഴത്തുമ്പികളായി ചിറകു വിരിച്ചിരുന്നു. ഉയരങ്ങൾ പിന്നിട്ടുകൊണ്ടിരുന്ന അവരുടെ ചെറുവാഹനം മേഘങ്ങളും നനഞ്ഞ പ്രകാശവും തുരന്നു പ്രകൃതി ഗോപുരങ്ങൾ താണ്ടുകയായി...

ഗോമതിയെ പോലെ ഒരു ഉരുണ്ട സുന്ദരിയും നട്ടംതിരിച്ചിലുകാരിയുമാണ് പ്രപഞ്ചത്തിൽ ഭൂമിയും!

ഏറെ ഇല്ലായ്മകളുടെ ഒരു കാലത്ത് വേണ്ടത്ര വൃക്ഷസന്തതികളെ പ്രദാനം ചെയ്തുപോയ ഇവളുടെ മുത്തച്ഛനെ കുറ്റ്യാടി മലകൾ തിരിച്ചറിഞ്ഞിരിക്കുന്നു! പെട്ടന്നാ ദേഹത്തിന് പ്രകൃതിയുടെ ആത്മസ്പർശം ലഭിച്ചുകഴിഞ്ഞു...

മലകളുടെ വയറിലൂടെ കണ്ണയച്ചവന് അവിടേക്ക് എത്താനുള്ള ഊർജ്ജം മാസ്മരീകമായി ലഭിച്ചിരിക്കുന്നു... അദ്ദേഹത്തിന്റെ പ്രായം അടിക്കടി കുറഞ്ഞുകൊണ്ടിരുന്നു...

ഉയരം കയറവെ ക്ഷീണ ശരീരം പ്രകൃതിയോടു ചോദിച്ചിരുന്നു; മനസ്സു പാകപ്പെടാത്തവർക്കു പ്രകൃതിയേകുന്ന ശിക്ഷയായിരിക്കുമൊ ദീർഘായുസ്സും ദ്രുപ ശോഷിപ്പും....?

മുകളിൽ ഒരുവൾ തന്റെ ചോദ്യങ്ങൾക്കെല്ലാം ഉത്തരമേകാൻ കാത്തിരിപ്പുണ്ടായിരുന്നു.

എട്ടൻ വല്ലാതെ കിതയ്ക്കുന്നുണ്ടല്ലൊ, അല്പനേരം ഇവിടെ ശാന്തമായ് ഇരിക്കുക. എന്നിട്ടാവാം നമുക്ക് അനുഭവിക്കാൻ കഴിയാതെ പോയ കുറേ വർഷങ്ങളുടെ വിശേഷം പങ്കിടൽ. കുടിക്കാൻ വല്ലതും കൊണ്ടു വരട്ടേ ഞാൻ....?

വേണ്ട. ഒരു നിമിഷം നീ അരികിൽ ചേർന്നു നിൽക്കു. എന്റെ വരണ്ട തൊണ്ടയിൽ തീർത്ഥജലമെത്തും...

മുമ്പിൽ തെളിനീർ അരുവിയായ് അവൾ ഇമ്പിച്ചിക്ക് തടയണകെട്ടി

നിന്നു.

അവർ സമ്മേളിച്ച ഞാവൽ വൃക്ഷതലപ്പിനു ചുറ്റും പ്രണയ 'വോറ' തെളിയുകയായി... താഴെ കുളിർമയുള്ള തണലും...

വൃക്ഷങ്ങൾക്ക് എന്തറിയാം, ഒരിക്കൽ വിത്തെറിഞ്ഞ മണ്ണിന്റെ പുത്രനേയും, ഫലം അനുഭവിക്കാൻ യോഗമുള്ള തലമുറകളെക്കുറിച്ചു മൊക്കെ...

കിതപ്പ് അടങ്ങിയില്ലേ ഏട്ടാ, ചുകന്ന കുപ്പിവളകൾ ധരിച്ച കുലിവേലക്കാരിയുടെ കറുത്ത കരം അയാളുടെ മുതുകിൽ പതിയെ സ്പർശിച്ചു. പ്രണയവും സൗമ്യതയും ബഹുമാനവും കൂടിചേർന്ന കുളിരനുഭൂതി.... അവൾ അദ്ദേഹം ധരിച്ച വസ്ത്രത്തെ കൺകുളിർക്കെ കണ്ട് ആനന്ദിച്ചു. മുൻഷിമാർ പരമ്പരാഗതമായി ധരിക്കാറുള്ള കോളറില്ലാത്ത പരുത്തി കുപ്പായത്തിൽ അദ്ദേഹത്തെ കാണുന്നതായിരുന്നു അവൾക്കിഷ്ടം. എന്തൊരു ചേർച്ചയാണെന്നോ ഈ ഉടലിനീ വസ്ത്രം നൽകുന്നത്. തന്റെ രൂപം ആസ്വദിച്ചു നിന്നവളുടെ കൈ സ്വന്തം കരങ്ങളിലെടുത്ത് ഇമ്പിച്ചി ചുണ്ടോടടുപ്പിച്ചു.

പ്രായം ഏറുമ്പോൾ മലകയറ്റം പയ്യെ വേണം ഏട്ടാ.

എനിക്ക് ആവുമോ ഈ പൊൻമലകളോടു താഴ്ന്നു നിൽക്കണമെന്നു പറയാൻ...? അപഹരിക്കില്ലേ ചോരന്മാർ. കാലവർഷത്തിൽ വസതിയുടെ മേൽക്കൂരയും കാമവർഷത്തിൽ സ്ത്രീ മനസ്സിന്റെ ചായ്‌വും ശരിയാണെങ്കിൽ ഓരോ വീട്ടകളിലുമുണ്ട് സ്വർഗ്ഗം!!!... ഈ ഹൃദ്യതയ്ക്കു വേണ്ടിയാണ് ഭൂമിയിൽ ഓരോ സ്ത്രീയും മാനസീകമായി മലയോളം വളർന്ന പുരുഷനരികിൽ നിൽക്കേണ്ടത്....

അല്ലേ?

'അതെ.'

എങ്കിൽ നമുക്ക് ഇനിയും മുകളിലോട്ട് കയറാം, വരൂ.

അവർ കാട്ടു പുഷ്പിച്ച വഴിയിലൂടെ നടക്കവെ സഞ്ചരിച്ചുകൊണ്ടിരുന്ന വാഹനം മരണ വീടിന്റെ പടിക്കൽ നിർത്തിയിരുന്നു.

വോറ (ശിരസ്സിന് പിന്നിലെ പ്രകാശവലയം)

അദ്ധ്യായം-10

ശയ്യയിലാണെങ്കിലും പ്രതീക്ഷാഭരിതയാണ് ജാനകി.

ഇമ്പിച്ചിയുടെ കാളവണ്ടിയും വേഗത്തിൽ മലമ്പാത പിന്നിടാൻ തുടങ്ങിയിരിക്കുന്നു. കുഞ്ഞു ചാറ്റൽമഴ ശബ്ദമില്ലാതെ മലകളിൽ നനവുണ്ടാക്കി...

കർമ്മ ഭൂമിയിൽ തിരിച്ചെത്തിയവന്റെ മനോനിയന്ത്രണം കുറ്റ്യാടിയുടെ പ്രകൃതി ഏറ്റെടുത്തിരുന്നു. ആ ദേഹചലനങ്ങളിൽ പഴയകാല യുവകർഷകൻ എത്തി. ഡോക്ടർ നൽകിയ നിർദ്ദേശം ഇതുവരെ കൃത്യത പാലിച്ചിട്ടുണ്ടയാൾ. ചില വഴിതെറ്റകൾക്ക് സാധ്യത കൂടിയവനാണീ മനുഷ്യൻ! ആ സ്ഥലങ്ങളെകുറിച്ച് അറിയാൻ രോഗിയുടെ ഒരു ബന്ധു എന്റെ കൂടെവരണം.

ഷൂവിന്റെ താളം മുഴക്കി ഡോക്ടർ കൺസൽറ്റന്റ് റൂമിലോട്ടു നടന്നു.

പിറകിൽ അഭിമന്യുവും.

അന്നേകിയ പ്രഗത്ഭനായ ഡോക്ടറുടെ നിർദ്ദേശവും വിവരണവുമായിരുന്നു. ഈ വെളിപ്പെടുത്തുന്ന കുറിപ്പടി.

ഡോക്ടർ തന്റെ പാഡിൽ ഒരു ചിത്രം രചിച്ച് സാവകാശം നിർദ്ദേശം തുടങ്ങി.

നോക്കു ഇവിടെ. ശ്രദ്ധയാണ് ആവശ്യം. ഔഷധം കുറച്ചും. അത്ര കുഞ്ഞു രോഗമണിത്.

ഒന്ന്: കേശാലങ്കാര സ്ഥാപനം! ഒരു വ്യക്തിയുടെ ഒന്നിലധികം പ്രതിബിംബങ്ങൾ കാണാം അവിടെ. (പ്രത്യേകിച്ചും ഈയിടെയായ് നഗരങ്ങളിൽ സജ്ജീകരിച്ചു കാണുന്ന ആധുനിക സ്ഥാപനങ്ങൾ.) ഈ രോഗിയെ സംബന്ധിച്ചേടത്തോളം അതൊരു അപകട മേഖലയാണ്.

രണ്ട്: ഒരേ ഉയരം കാണപ്പെടുന്ന മലനിരകൾ. ഒരേ മുഖഛായയുണ്ടോ ആ ഉയരങ്ങൾക്കെങ്കിൽ ഇവിടെയെല്ലാം കൂടുതൽ ജാഗ്രത ആവശ്യമുണ്ട് ഇയാൾക്ക്. ഇല്ലാത്ത ഉയരത്തിന്റെ കാഴ്ച കേൾപ്പിക്കൽ പൊതുജനങ്ങളുടെ ഹരമാണ്. ഇത്തരക്കാരെ പഠിക്കാത്തതാണ് ഇദ്ദേഹത്തിന്റെ രോഗം മൂർച്ചിക്കുന്നതിന് മറ്റൊരു കാരണം..!! ഓരോ

കാലഘട്ടങ്ങളിലും മനുഷ്യർക്ക് ധരിക്കാൻ പ്രത്യേകം വേഷങ്ങളുണ്ട്...

ഇമ്പിച്ചി ഇപ്പോൾ ഒരു ഉപദേശവും കാര്യമാക്കുന്നില്ല. അപ്രതീക്ഷമായി കൈവന്ന സംതൃപ്തിയുടെ ഉന്മാദത്തിലാണയാൾ. യൗവ്വനത്തിൽ ശരീരം അത്രമാത്രം ഇഴകി കഴിഞ്ഞതാണല്ലൊ ഈ ഉയരങ്ങളിലെല്ലാം...

പ്രണയകലഹത്തിൽ മൃതിയടഞ്ഞുപോയ ഭൂമിയിലെ ആദ്യ കാമുകാ, ഞാൻ ഏറെ കാലങ്ങൾക്ക് ശേഷം താങ്കളുടെ ആത്മാവിനോടൊന്നു സംവദിക്കാൻ തോന്നിയ സന്ദർഭമാണിത്. ഞാൻ ഈ മനോഹരമായ മലനിരകൾ സാക്ഷിനിർത്തി ഒരു ചോദ്യം ചോദിച്ചാൽ അങ്ങു സത്യസന്ധമായ മറുപടി നൽകുമൊ?

എന്നേപ്പോലെ എത്ര മലകൾ കയറി ഇറങ്ങിയിട്ടുണ്ട് താങ്കൾ? ശൂന്യതയിലോട്ടാണ് ചോദ്യം.

ഉത്തരം സാവകാശം മതി.

ഉണർന്നിരിക്കുന്ന അറിവിന്റെ കോശങ്ങൾ തുടർന്നും ചോദ്യങ്ങൾ ആവർത്തിച്ചുകൊണ്ടിരുന്നു: എന്തെങ്കിലും ഒരു 'പ്രണയമില്ലാത്ത ചലനം ഭൂമിയിൽ താങ്കൾക്ക് എന്നെ കാണിച്ചുതരാമൊ?.

ഉത്തരം പതിയെ മതി.

പ്രണയരഹസ്യം എന്നുവച്ചാൽ ഗ്രാമീണരെ സംബന്ധിച്ചേടത്തോളം വ്യക്തമായ ഉത്തരമുണ്ട്. പ്രണയാക്ഷരങ്ങളുടെ രൂപം പ്രണയിനിയുടെ മൂശയിൽ പൂർണ്ണമാകുന്നതേ ഉള്ളൂ എന്നാണാ ഉത്തരം... അറിയാമല്ലൊ ഈ പറഞ്ഞ വാക്കിന്റെ സാരം...? അതുകൊണ്ടാണ് ലോകമെങ്ങും വിഷയം പ്രണയമാകുമ്പോൾ കേൾവിക്ക് ശ്രദ്ധ കൂടുതൽ ആവശ്യമാകുന്നത്...

നിങ്ങൾക്കു വല്ല പ്രണയവുമുണ്ടെങ്കിൽ ഈ കൊച്ചു ഗ്രാമത്തെ അൽപ്പനേരം കേട്ടുനോക്കുക.

ശ്രദ്ധിച്ചു കേൾക്കണം. ലോകത്തിലെ ഏറ്റവും മികച്ച പ്രണയ ഗ്രാമമാണിത്..!

ഒന്ന്: ആണുങ്ങളുടെ പൂച്ചമീശാന്നു കേട്ടിട്ടുണ്ടൊ നിങ്ങൾ? ഇല്ലെങ്കിൽ വീട്ടുമൃഗമായ പൂച്ചയെക്കുറിച്ച് അൽപം ആഴത്തിൽ പഠിക്കണം...

രണ്ട്: 'കൊമ്പനുള്ള കടൽ,' ഇങ്ങിനൊരു വാചകം സ്ത്രീകളിൽ നിന്നാണ് കേൾക്കേണ്ടത്... ഇവയൊന്നും കേൾക്കാൻ അവസരം ലഭിക്കാത്തവർ അനുഭവസ്ഥന്റെ വഴി പിൻതുടരുക. വന്നോളൂ.

ഈ വഴി പൂച്ചക്കാലിൽ വേണം നമുക്ക് സഞ്ചാരം തുടരാൻ.

കുറ്റ്യാടി മലകളിൽ ധാരാളം കുടമുല്ല പൂക്കളുണ്ട് കൃഷി. അവ പൂത്തു നരയുമ്പോൾ ഇവിടത്തെ സാധാരണക്കാരന്റെ യൗവ്വനം

പ്രണയസ്വപ്നത്തിൽ മുഴുകുന്നു...

നീലി...! അയാൾ വിളിച്ചു.

വരിവരിയായി തല ഉയർത്തിയ ചെറു വൃക്ഷങ്ങൾ നിറഞ്ഞ മലകളുടെ താഴ്‌വാരം. ആ താഴ്‌വാരത്തിൽ പ്രകൃതി ഒരുക്കിയ ഒരു വലിയ വീടിന്റെ ഇരിത്തി പോലെ തോന്നിച്ച നിരപ്പിലായിരുന്നാ കുടിൽ നിലക്കൊണ്ടത്.. അതിന്റെ ഇറയത്തു ചെന്നാണ് വിളിച്ചത്.

ശ്... ശ്... അപ്പുറത്തു നിന്ന് പ്രതികരണമെത്തി.

വാതിലിന്റെ ഇരുവശവും അനക്കമറ്റ ഒരു നിമിഷം കടന്നുപോയി.

മലങ്കന്നി വാതിൽ തുറന്നു.

ഹാ... കറുത്ത പനിനീർ പുഷ്പം!

തീരെ നിലവാരം കുറഞ്ഞവരുടെ വിനോദമാണിതെന്ന് വിമർശ്ശനം ഉയരാം. പക്ഷെ ഇവിടേക്കെത്തിയ യാത്രികന്റെ മാനസീകാവസ്ഥ വിമർശകർക്ക് അറിയില്ല.

പുരുഷന് രൂപം നൽകിയ ഇരുനൂറ്റിനാല് അസ്ഥികളും ഒരു കുഞ്ഞു പാർപ്പിടത്തിനു മുമ്പിൽ ഇതുപോലെ കിടുക്കം കൊണ്ട ഒരു സന്ദർഭം അയാൾക്ക് വേറെ ഉണ്ടാവില്ല... അതു മനസ്സിലാവണമെങ്കിൽ ജന്മനാ സിദ്ധമായ ഒരു പ്രത്യേകതരം നിധി അരയിൽ സൂക്ഷിക്കുന്ന എന്റെ അനുഭവം അഭിമാനിയായ നിങ്ങൾക്കുണ്ടാവണം! അല്ലെങ്കിൽ ഈ വകസത്യങ്ങൾ വെളിപ്പെടുത്താൻ മാനസിക ആരോഗ്യം വേറിട്ടതായിരിക്കണം...

അർച്ചനക്കായ് വിരിഞ്ഞ പുഷ്പങ്ങൾ ഭൂമിയിൽ വ്യത്യസ്തമാണ്. അവയുടെ വിളി എത്തിയാൽ ഒരു നീല ഭൃംഗതുല്യം വിളിക്കപ്പെട്ട ആൾ പറന്ന് എത്തുന്നു. ദാ ഞാൻ എത്തി.

അല്ലെ നീലി?

'ഉവ്വ്.'

ഇമ്പിച്ചിയുടെ ഹൃദയം മൊഴിഞ്ഞ മഹാവഴിപാടുകൾ അയാളുടെ വണ്ടിചക്രം ക്ഷേത്ര ഭൂമിയിലെ മണലിൽ കോറി ഇട്ടു കൊണ്ടിരുന്നു...

പ്രകൃതി നിയമത്തിൽ വിരിഞ്ഞ ഒരു ആൺപൂവാകുന്നു പൊന്നേ നീ എനിക്ക്! അതിവൾ കഴിഞ്ഞ വരവിൽ കവിത കേൾപ്പിച്ചിരുന്നു... ഉള്ള അളവിൽ മാത്രം ഉത്സാഹം പ്രകടിപ്പിച്ചവളേ..., എന്ന മറുമൊഴി നോട്ടമയച്ചവൾക്കൊരു സമ്മാനം നൽകിയിരുന്നു ഞാൻ. ഒരു ദീർഘ ചുംബനം... എത്ര നിമിഷങ്ങളായിരുന്നാ ചുംബനത്തിന്റെ ദൈർഘ്യമെന്നോ...? ഇത്തരം പ്രണയ നിലാവ് ഭീരുക്കളിൽ പ്രസരിക്കുന്നില്ല...

അരക്കെട്ടിൽ ചേർത്തുപിടിച്ച് ഒരുനിമിഷം അകത്തോട്ട് കാതോർത്തു നിന്നു. ഭയപ്പെടേണ്ട ദീർഘ ശ്വാസോച്ഛ്വാസങ്ങൾ

താളാത്മകമായി കേൾക്കാം.

എന്നിൽ സ്ത്രീ ഹൃദയത്തിന്റെ ഗണിതം വശമുള്ള ഒരു പൈതഗോറസ്സ് ജീവിച്ചിരിപ്പുണ്ട്. അതുകൊണ്ട് രാത്രിയിൽ ഉറങ്ങുന്നവരുടെയും ഉറങ്ങാത്തവരെക്കുറിച്ചുമൊക്കെയുള്ള അനുമാനം കണിശമായിരിക്കും കുട്ടീ.... ഇതിനെക്കുറിച്ച് അല്പം കൂടി വിശാലമായ് പറഞ്ഞു മനസ്സിലാക്കി തരാനുള്ള മലയാള ഭാഷയുടെ കുറവാണ് എന്റെ ഒന്നാമത്തെ ദൗർബല്യം. വിഷയം മറ്റേതെങ്കിലുമായിരുന്നെങ്കിൽ അതിന്റെ തലയും വാലും സ്വരത്തിൽ ആംഗലേയമാക്കിയാൽ മതി. സംസാരത്തിന് നല്ല ഒഴുക്ക് ലഭിക്കും. ഈ വിഷയത്തിൽ എന്റെ പച്ചയായ മലയോര ഭാഷക്ക് ഒരു തരം വാറ്റകോഡ് അനുഭവപ്പെട്ടേക്കാം. ലജ്ജയില്ലാതെ തുടരേണ്ട പദദൗർബല്യം ഈ ആശയത്തെ അപൂർണ്ണമാക്കാതിരിക്കട്ടെ!

കുറ്റ്യാടി മലകളിൽ ഇങ്ങനൊരു കാലഘട്ടത്തിലെ ചെറു മഴത്തുള്ളികൾക്കു പോലും മരം കോച്ചുന്ന തണുപ്പുണ്ടായിരുന്നു. നെരിപ്പോടില്ലാത്തവർ തുടകൾക്കിടയിൽ കരങ്ങൾ ഇറക്കി സ്ത്രീകളെ സ്വപ്നം കണ്ടുകിടന്ന കാലം... എന്റെ ലൈംഗികാനുഭാവത്തിന്റെ ഒരു പ്രബന്ധം ഇപ്പോഴത്തെ മാനസീകാവസ്ഥയിൽ തയാറാക്കിയാൽ അതു പരാജയമായിരിക്കും. കഴിഞ്ഞകാല ഭോഗങ്ങളിൽ ലഭിച്ച ആനന്ദം ഇന്നത്തെ പ്രബന്ധത്തിൽ തെളിയണമെന്നില്ല... പറഞ്ഞു വരുന്ന സാരം ഇതാകുന്നു.

മനസ്സു പാകമായാൽ അറിവു പകരാൻ വിദ്യാർത്ഥികളൊ, വിദ്യാലയമൊ ഇല്ലാതെ പോകുന്ന ഒരു അദ്ധ്യാപക വൃന്ദമുണ്ട് ലോകത്തിൽ.! അവരെ ലോകം ശ്രദ്ധിക്കാറില്ല. ആ വിഭാഗത്തിൽപെട്ട വ്യക്തിയാകുന്നു ഇപ്പോൾ മലയിലേക്ക് യാത്ര തിരിച്ചവനായ ഇമ്പിച്ചി.

അദ്ദേഹത്തിന്റെ സഞ്ചാര വീഥികളിൽ സംപ്രീതനായ ആകാശം പനിനീർ തുള്ളികൾ തളിച്ചുകൊണ്ടു സ്വീകരണമേകി...

ഗിരിമാലകളേ, നിങ്ങളെ സന്തോഷപൂർവ്വം ഒരു വാർത്ത കേൾപ്പിക്കുകയാണ് എന്റെ ആഗമന ഉദ്ദേശ്യം. പർവ്വതം ഒരു രത്നമലയെ ഗർഭം ധരിച്ചിരിക്കുന്നു! അതു സ്പഷ്ടമാക്കുന്ന എന്റെ ഭാഷാ ന്യൂനതയോടു പൊറുക്കുക...

എനിക്കു മുമ്പിൽ ഒരു തേനീച്ചമലയുണ്ടിപ്പോൾ!... അതിൽ ഒരു ബാഹ്യസ്പർശം മതി. ഒരു ഭീകര സംഗീതം ആകാശമുയരും... അതു പാടില്ല. കാരണം രത്നമലയുടെ കാവൽക്കാരാണവർ... അത്ര മധുരമൂറും ഫലത്തിലാണ് കുറ്റ്യാടിയിലെ ഈച്ചകളുടെ അടയിരിപ്പ്...

ഉയരത്തിലെ ഈ കറുത്ത ഗർഭത്തിൽ ആണ്ടിറങ്ങിയേ ഒക്കു തനിക്ക്. അതുകൊണ്ടു തന്നെ പയ്യെ പയ്യെയാണ് ഞാൻ മുന്നോട്ടുള്ള ചുവടുകൾ വെയ്ക്കുന്നത്...

* പൈതഗോറസ്- ഗ്രീസിലെ ഒരു ഗണിത ശാസ്ത്രജ്ഞൻ.

അടക്കമുള്ള ഈച്ചകളെ നിങ്ങൾ ഒന്നുപോലും എന്റെ ഈ സാഹസ നിമിഷം മുകളിലോട്ട് പറന്നേക്കരുതേ...

മണ്ണിന് അടിയിലെ വൈര തിളക്കം എന്റെ ഹൃദയ നിയന്ത്രണം ഏറ്റെടുത്തിരിക്കുന്ന നിമിഷങ്ങളാണിത്...

ദാ, ലക്ഷ്യത്തിൽ എത്തി. ഇനി കേൾപ്പിക്കു രത്നമേ നിന്റെ വിശേഷങ്ങൾ.

മണ്ണിന് അടിയിൽ നിന്ന് പയ്യെ മരണമില്ലാത്ത രത്നത്തിന്റെ സ്വരം ഉപരിതലം ഉയർന്നു. നിന്റെ മഹത്തായ സൗഹൃദം ഇല്ലായിരുന്നെങ്കിൽ ഞാൻ എന്നേ ഒരു മല വേശ്യയായി പോയേനെ..! അല്ലെങ്കിൽ വിപണിയിൽ രത്നങ്ങൾക്കൊപ്പം അഴകിന് മാത്രം വെച്ച ഒരു വെള്ളാരംകല്ല്... ഇവ രണ്ടുമല്ലാത്ത ഇവളെ നീ കാത്തു സൂക്ഷിച്ചു. നന്ദി. പക്ഷെ, കാലം ഇവളെ മലയിലെ പ്രേതരത്നമാക്കിയിരി! ഒരു ഗ്രാമത്തിൽ പരസ്പരം യോജിച്ച് കിടപ്പുള്ള മുപ്പതോളം മലകളുടെ ഒരു കോട്ടയുമുണ്ട് ഇവൾക്ക്... ഒരു പ്രേതത്തിന് വിഹരിക്കാൻ ഇതിൽപരം എന്തു സൗകര്യമാണ് ഭൂമിയിൽ വേണ്ടത്?

ഇമ്പിച്ചി കൊഴിഞ്ഞുകൊണ്ടിരുന്ന ഞാവൽ പഴങ്ങളോടു മൃദുവായി പുഞ്ചിരി തൂകി.

പോകുന്നു സഖീ, ഒരു പാട് കനൽ പൊട്ടുകൾ ശമിച്ചിരിക്കുന്നീ ഹൃദയത്തിലിന്ന്. തൃപ്തി എന്നത് നമ്മേപ്പോലുള്ളവർ വളർത്തുന്ന ഒരു പട്ടിയാണ്. അതു കൂടുതൽ കുരച്ചുകൂട....!

സമ്മതിക്കുന്നു. സന്തോഷം.

അടുത്ത സന്ദർശനം വരെ കാത്തിരിപ്പിനുള്ള ഊർജ്ജം ലഭിച്ചു കഴിഞ്ഞു. ഇനി പോയ് വരൂ അങ്ങ്. അരികിൽ ഉണ്ടായിരുന്നപ്പോഴെല്ലാം എത്ര മധുരമായ ഒരു സംഗീതവും സുഗന്ധവുമായിരുന്നു പ്രകൃതി എനിക്കേകിയിരുന്നത്. എന്നാൽ അവയൊന്നും അന്ന് വേണ്ടത്ര ആസ്വദിച്ചില്ലീ ഹതഭാഗ്യ. ഒരു തരം ക്രൂരധൂർത്തായിപോയാ ജീവിതകാലമെന്ന്ഇപ്പോൾ മണ്ണിനോട് പരിഭവം പറയേണ്ടി വരുന്നു. ശരീരം പൊഴിയും മുമ്പ് മനുഷ്യർ അറിയേണ്ട സത്യം അങ്ങ് ദയവായ് വിളംബരം ചെയ്യൂ... വർഷങ്ങൾ പോകവേ നിന്റെ വരവു കുറഞ്ഞു. എനിക്കു ഭ്രാന്തു പിടിക്കും മുമ്പേ ഇത് എന്തിന്റെ തുടക്കമായിരിക്കുമെന്ന് ചിന്തിക്കുമ്പോഴാണെന്റെ പൊന്നേ അങ്ങയുടെ വരവ്.

ഇമ്പിച്ചി പോകാൻ ഇറങ്ങവെയാണ് അവളുടെ നിലയ്ക്കാത്ത സങ്കടപ്പാടുകൾ വീണ്ടും ഓരോന്നായ് ആവർത്തിച്ചത്. ഇതൊക്കെ വീണ്ടും വീണ്ടും കേട്ടിരിക്കാൻ നേരമെവിടെ നീലി എനിക്ക്... പോയ് വരട്ടെ ഞാൻ.

ഏയ് ഒന്നു നിൽക്കെണെ അവിടെ ഒരു മിനുട്ട്.

ശ്ശെടാ... ഇവൾ അനുവദിക്കില്ലല്ലൊ ഇവിടെന്ന് പോകാൻ? ഇത്രയൊക്കെ കേൾപ്പിച്ചിട്ടും തീർന്നില്ലെ നിന്റെ പരിഭവങ്ങൾ...! ഇപ്പോൾ പൂർവ്വാധികം വ്യക്തതയോടെയായിരുന്നയാൾ അവളുടെ സ്വരം ശ്രവിച്ചത്. ഗ്രാമക്ഷേത്രത്തിന്റെ ഉത്സവ മുട്ട് ഉയർന്നാൽ എനിക്കു മണ്ണിനടിയിൽ കിടന്നാൽ വീർപ്പുമുട്ടും....! അങ്ങ് വരുന്നുണ്ടോന്ന് കാതോർക്കുകയായിരുന്നു ഞാൻ ഇത്രനാളും...

അങ്ങനായിരുന്നില്ലേ ഞാൻ കേട്ട സ്വരം പരിഭവം? ആണൊ? തിരിഞ്ഞു നോക്കിയപ്പോൾ ഞെട്ടിത്തരിച്ചുപോയി. നീലി അല്ലായിരുന്നു എന്നോട് അപേക്ഷ നടത്തിയവൾ. ഭൂമിയിൽ കഴിഞ്ഞ നിമിഷം പെയ്ത മഴയിൽ കിളിർത്തു വന്ന ഒരു കുഞ്ഞു നീലി... അവൾ ഒരു കുഞ്ഞാടിനെപ്പോലെ ലാളിത്യത്തിൽ തുള്ളിച്ചാടി മുമ്പിൽ എത്തി.

എന്നിട്ടു ചോദിക്കുന്നു, 'അച്ഛന് ഇവിടം വര്യേ വഴി അറ്യൊ?

നീലിയുടെ രൂപത്തിൽ ഒരു കൊച്ചു പെൺകിടാവ്.

കുട്ടീ ഞാൻ...

വേണ്ട. അച്ഛനെന്ന അവകാശവുമായ് ഉപദ്രവിക്കില്ല. ചിലപ്പോൾ...

ഇമ്പിച്ചി ചുറ്റുവട്ടം വീക്ഷിച്ചു. അമ്പരപ്പു മാറുന്നില്ലയാൾക്ക്. അനുഭവം കൊണ്ട് അവിശ്വസനീയം.

നീലി ആദ്യമായ് തന്നെ കണ്ട സന്ദർഭവും കണ്ടുമുട്ടിയ ആണ്ടും ആകർഷിക്കപ്പെട്ട ഘടകങ്ങളുമൊക്കെ എന്തിനോ ഗണിത ശുദ്ധിയോടെ മുമ്പിലെത്തി... ആ കഥ അറിയുന്ന ഞാവൽ വൃക്ഷം കഥ അറിയാത്തപോലെ കലുങ്ങി ചിരിക്കുകയാണൊ ചെയ്യുന്നത്...? വൃക്ഷമേ, ഈ മലയിൽ എന്റെ സർവ്വ കർമ്മങ്ങൾക്കും സാക്ഷിയായ നീ ഇവനെ പരിഹസിക്കാനും തുടങ്ങിയൊ...? ഇലകളുടെ മർമ്മരം കേൾക്കാം. ക്ഷുഭിതന്റെ നിൽപ്പു കണ്ട വൃക്ഷം ശാന്തമായി. അല്ലെങ്കിൽ ഈ കുഞ്ഞിനെ താൻ തലോടുന്ന കാഴ്ച കണ്ടു ചുണ്ടനങ്ങാതെ പരിഹസിക്കുകയായിരുന്നോ വൃക്ഷം ചെയ്തത്....? ഇലകൾക്കിടയിലൂടെ കുഞ്ഞിനെ സൂര്യകിരണങ്ങൾ വിരൽ തൊട്ടു... പൈതൃകത്തിന്റെ ഊഷര സ്പർശം...

വൃക്ഷം ഇമ്പിച്ചിയെ കേട്ടുനിന്നു.

മകളെ, അമ്മയുടെ വിയോഗം വൈകിയാണ് ഞാൻ അറിഞ്ഞത്. അവൾ ഇല്ലാത്ത വീട്ടിൽ കാലുകുത്താൻ സങ്കടമുണ്ട്. അതാണ് അച്ഛൻ വരാൻ വൈകിയ കാരണം. ഇങ്ങനൊരു നിധി എനിക്കുവേണ്ടിയവൾ സൂക്ഷിച്ചെന്ന് അറിഞ്ഞില്ല കുട്ടീ! ഒരുപക്ഷെ അതീ ലോകത്തിന്റെ സ്വാർത്ഥനാടകമായിരിക്കാം... എന്തോ!

അമ്മാമ പറഞ്ഞിരുന്നു, ഉത്സവനാളിലെ രണ്ടു മൂന്നു ദിവസങ്ങൾ ഇങ്ങനൊരു ശരീര പ്രകൃതമുള്ള ആളെ കുട്ടി പ്രതീക്ഷിക്കണമെന്ന്.

പെട്ടെന്നാണ് അങ്ങയെ കണ്ടത്.

കുട്ടി ധൈര്യമായി അച്ഛനെന്ന് വിളിച്ചോളൂ...

കുറ്റ്യാടി മലമുനകളിൽ വീണ്ടും സ്മരണകളുടെ വെള്ളിമേഘങ്ങൾ വന്നു നിറഞ്ഞു.

കുഞ്ഞിന്റെ ചുണ്ടുകൾ വിതുമ്പിയോ...?

ആ കൊച്ചുബാലികയെ കണ്ട നിമിഷം മുതൽ കാർത്തിക വിളക്കിന്റെ ഉത്സവ തിമർപ്പിൽ ആണ്ടിരിപ്പായിരുന്നു ഇമ്പിച്ചിയുടെ അന്തഃരംഗം.

നോക്കൂ ഇമ്പിച്ചി, ആ ശിരസ്സ് ഉയർത്തി നിൽക്കുന്ന മലയുടെ ഉച്ചിയിലോട്ട് നോക്കുക താൻ.

ഓർമ്മകൾ അദ്ദേഹത്തെയും കൊണ്ട് ചില സ്വകാര്യതകൾക്ക് മറപിടിച്ച തന്ന മലക്കു പിറകിലെത്തി...

മഴയിൽ കുതിർന്ന ഒരു കാർത്തിക രാവിലായിരുന്നു ആ വിത്ത് ഭൂമിയിൽ നിക്ഷേപിക്കപ്പെട്ടത്...

സ്മരണകൾ പിന്നാക്കം സഞ്ചരിച്ച വൃദ്ധന്റെ നയനങ്ങൾ മുത്തുകണങ്ങൾ ഉത്പാദിപ്പിക്കാൻ തുടങ്ങി. മലങ്കാറ്റ് വൃക്ഷം പുണർന്നുകൊണ്ടേയിരുന്നു...

ഇമ്പിച്ചി അറിയാതെ കുഞ്ഞിന്റെ വളകൾ ധരിച്ച ഇളം കൈതണ്ടയിൽ പിടി മുറുക്കിയിരുന്നു.

അയ്യോ കൈ നോവുന്നച്ഛാ!

ഓ... ക്ഷമിക്കണം കുഞ്ഞേ.

അയാൾ കൈ അയച്ചു.

'അച്ഛൻ എന്തിനാണ് കരയുന്നത്.' വളപൊട്ടിയിട്ടൊന്നുമില്ല...

ഇല്ല കുട്ടീ, ഞാൻ കരയുന്നില്ല.

ഇമ്പിച്ചിയുടെ വിരൽ പിടിച്ചവൾ ആ പഴയ കുടിലിലോട്ടു നടന്നു.

'അമ്മാമ വീട്ടിലുണ്ടോ?'

'ഉണ്ട്.'

'മറ്റാരെങ്കിലും?.'

'ഇല്ല.'

'ഉണ്ട്. മറഞ്ഞിരിപ്പാണ്!' എല്ലാ കുടുംബങ്ങളിലുമുണ്ട് മറകളും വ്യത്യസ്ത മറഞ്ഞിരിപ്പുകാരും. പക്ഷെ കുഞ്ഞിനെ ആ വകകളൊന്നും കേൾപ്പിച്ചില്ല...

തെറ്റുകുറ്റങ്ങൾ ആവശ്യത്തിലേറെ അഭിമുഖീകരിച്ചവന് ശിരസ്സെത്ര നേരം ഈവിധം ഉയർത്തിപ്പിടിച്ചു സ്വന്തം കഥകൾ പറഞ്ഞു നടക്കുക സാധ്യമാണ്? അത്ര ഉത്സാഹഭരിതമായിരുന്നല്ലൊ ആ സ്ത്രീയുമൊത്ത്

മലയിൽ ചിലവഴിച്ച പൂർവ്വകാലം...

തിരിഞ്ഞു നിന്ന് അരയിലെ ട്ടുവാല എടുക്കവെ കാറ്റുപിടിച്ച വൃക്ഷത്തിന്റെ തുടർ പരിഹാസം ശ്രദ്ധിച്ചു:

ഒന്ന് പോടോ കടന്ന് ഇവിടന്ന്. തഞ്ചി തഞ്ചി പിന്നോക്കം നടക്കുന്നൊരു കോന്തൻ... അതെ, ആ വിധമായിരുന്നു വൃക്ഷ ഭാഷ്യം...!! നിന്ദയുടെ അല്പം ലാഞ്ചന പോലും ഇമ്പിച്ചിക്കിപ്പോൾ അസഹ്യമാണ്. ശരീര അനുഭവങ്ങളെ അനേക നിറത്തിൽ ഉള്ളിൽ സഞ്ചയനം നടത്തുന്നത് തുടരുന്നത് അയാൾക്കു തന്നെ കാണാം... പാവം, കൂടെ നടക്കുന്ന ബാലികയ്ക്ക് എന്തറിയാം അച്ഛനെന്ന വൃദ്ധന്റെ മാനസീകാവസ്ഥയെക്കുറിച്ച് - മനസ്സ് കടുത്ത പ്രണയക്ഷോഭത്തിൽ വിറച്ചു കൊണ്ടിരിക്കുകയാണ്. സമനില തെറ്റി ഉടൻ കുകിയാർത്താ പ്രണയ കോമരം മലക്കുചുറ്റും .... സാദ്ധ്യതയുണ്ട് ങ... ങ... എത്തിയോ?- കീറിയ തഴപായ നെയ്തുകൊണ്ടിരുന്ന ഒരു വയോധിക ഭവ്യതയോടെ എഴുന്നേറ്റു നിന്നു.

മോളേ മന്ത്രി എടുത്തുവാ അശേന്ന്, അച്ഛൻ ഇരിക്കട്ടെ!.

യുഗം ഇമ്പിച്ചിയേയും കൊണ്ട് വളരെ പിറകിലോട്ടു പോയിരിക്കുന്നു. സംഭവം എങ്ങനെ തുടരണമെന്ന വേപഥയിലാണയാൾ.

അപ്പോഴാണ് പ്രായം ചെന്ന ആ സ്ത്രീ പറഞ്ഞു തുടങ്ങിയത്.

ഒന്നാ തൊഴുത്തിലെ പശുവിനെ സ്പർശിച്ചുവരു താങ്കൾ. കണ്ടില്ലേ അത് വെകിളിയെടുക്കുന്നത്. ഓരോ കാലങ്ങളിൽ തൊഴുത്ത് മാറേണ്ടത് മൃഗങ്ങളുടേയും മനുഷ്യരുടേയും ആവശ്യമാണ്. എന്നാലും മൃഗങ്ങൾക്ക് അറിയാതിരിക്കുമോ അവരുടെ യജമാനനെ - കുറേ വർഷങ്ങൾക്കു മുമ്പ് ഇമ്പിച്ചി നീലിക്ക് സമ്മാനിച്ച പുള്ളിപ്പശുവായിരുന്നു അത്. ഇമ്പിച്ചിയും മകളും തൊഴുത്തിനു നേരെ നടക്കവേ വയോധികയിലൊരു വേദാന്തമുയർന്നു.

നമ്മട സമൂഹം എന്നു പറയണത് ഒരു പെരും നൊണയാ - നൊണയെ

സത്യവേഷം കെട്ടിച്ചവർക്കുള്ളതാ ഈ പുതിയ കാലം...

സാവകാശം കാര്യത്തിലോട്ടു പ്രവേശിച്ചു. പാവങ്ങളായ യുവതികൾക്ക് ഓരോ കാലത്തുമുണ്ടായിരുന്നല്ലോ കയറാൻ വ്യത്യസ്ഥ ദുരന്തപർവ്വം. അതവർ സ്വയം സഹിച്ചു. ചെല ഇഷ്ടങ്ങളെ ബ്രഹ്മൻ തടുത്താലും ഫലം ഇല്ല. അങ്ങനൊരു ദുരന്തം എന്റെ മകളും ഏറ്റുവാങ്ങിയിരിക്കുന്നു.

എങ്കിലും ഒരു ഉറപ്പവൾ എനിക്കേകിയിരുന്നു തമ്പ്രാൻ - അത് ഇപ്രകാരമായിരുന്നു.

എന്നോട് പൊറുക്കണമ്മേ... അദ്ദേഹം വരും. അപ്പോൾ അറിയുക അങ്ങേര് ആരാണെന്ന്, തോന്നിയവരെയൊന്നും എന്റെ കുഞ്ഞിന്റെ അച്ഛനായി സംശയിക്കരുതേ! ഏതോ മൂടാപ്പിൽ

പെട്ടിരിക്കയാണദ്ദേഹം... ഇപ്പോൾ ശരിക്കും ബോധ്യമായിരിക്കുന്നു എന്റെ കുട്ടി കേൾപ്പിച്ച നേര് എത്ര ബലമുള്ളതായിരുന്നെന്ന്... നേരിന് മരണമില്ല!

വയോധിക പശുവിനെ സ്പർശിച്ചു വരുന്ന ഇമ്പിച്ചിയെ കൈകൂപ്പി യാണ് സ്വീകരിച്ചത്. മകൾ സൂചിപ്പിച്ച നേരും നെറിയുമുള്ള മനുഷ്യൻ ഇങ്ങേരല്ലാതാരാണ്?

കടന്നുപോയ ദുരിതകാലത്തെ വണങ്ങി ഇമ്പിച്ചി കുറച്ചേ സംസാ രിച്ചുള്ളൂ. അദ്ദേഹത്തിന്റെ മാനസികാവസ്ഥ ഇതിൽ കൂടുതൽ സംസാ രിക്കാൻ കരുത്തുള്ളതല്ല.

പടിഞ്ഞാറെ മലവാരത്തിലേക്കു വരിക. അവിടെ എന്നേയും നിങ്ങളേയും കേൾക്കാൻ എനിക്കൊരു സഹോദരിയുണ്ട്. അവിടേക്കു ക്ഷണിക്കുന്നു. രണ്ടു മൂന്നു ദിവസങ്ങൾ കുടുംബാവശ്യത്തിനായി ഞാൻ അവിടെ കാണും. ഈ കുഞ്ഞിന്റെ ജനന കിംവദന്തികളും രഹസ്യങ്ങ ളും പകൽ വെട്ടത്തിൽ തെളിയുന്നതോടെ ശുദ്ധമായൊരു വിലാസം എന്റെ കുഞ്ഞിന് അവിടന്ന് ലഭിച്ചിരിക്കും! അങ്ങയുടെ കുടുംബം അനു ഭവിച്ച സർവ്വദുഃഖങ്ങൾക്കും ആത്മാർത്ഥമായി മാപ്പിരക്കുന്നു. ഇമ്പിച്ചി എഴുന്നേറ്റ് കാർത്തികയുടെ മൂർദ്ധാവിൽ ചുംബിച്ചപ്പോൾ വയോധിക കണ്ണുനീർ തുടച്ചു. പശു തൊഴുത്തിൽ നിന്ന് വീണ്ടും അമറി. അംമ്പേ... ഈ സ്വരമുഴക്കം ഒരു ശുഭസൂചനയാണോ മലയോരത്തെ കേൾപ്പിച്ചത്....? എന്തോ, ചില ചോദ്യങ്ങളുടെ ഉത്തരം സാവകാശമാണ് ലഭിക്കുന്നത്.

അദ്ധ്യായം-11

മല ഇറങ്ങുകയായിരുന്നു ഇമ്പിച്ചി.

ഒന്നു നിൽക്കണേ എന്റെ കാരുണ്യവാനായ അങ്ങുന്ന് - വസ്ത്രാഞ്ചലത്തിൽ പിടിമുറുക്കിയ ഒരു നീളൻ പുല്ലിന്റേതായിരുന്നു അപേക്ഷ. വിനയപൂർവ്വമുള്ള ഏത് അപേക്ഷയും സ്വീകരിക്കുന്ന ദൗർബല്യമുണ്ട യാൾക്ക്.

എല്ലാം ഉള്ളിൽ അടക്കുക മനുഷ്യാ, എന്തെല്ലാം കുറവുകൾ ഉള്ള വരാണ് നിങ്ങൾ മനുഷ്യരെങ്കിലും തന്റെ കുറവുകളുടെ ബോധവുമായ് ചലിക്കാൻ കഴിവുള്ള ഭാഗ്യവാന്മാരാകുന്നു താങ്കൾ!

തന്നെ പരിഹസിച്ച വലിയ വൃക്ഷത്തലപ്പിൽ ചരിഞ്ഞു നോക്കിയാണ് ആൾ വസ്ത്രത്തിൽ ഉടക്കിയ പുല്ലുകളെ തലോടിയത്... നോക്കു, നിങ്ങളേ ക്കാൾ എത്ര താഴ്ചയിൽ കഴിയുന്നവരുടെ കഴ്ച്ചപ്പാടിനാണ് തെളിച്ചം.

എന്റെ യൗവ്വനത്തിന്റെ ദാനമായിരുന്നു വളർച്ച പ്രാപിച്ചു നിൽക്കു ന്ന നിങ്ങൾ ഓരോ വൃക്ഷങ്ങളും.... എന്റെ പ്രതിരൂപം... എന്നിട്ടും ഒരു വൃക്ഷം എന്നെ പരിഹസിച്ചു....!

തൊണ്ടയിൽ സ്വരം ഇടറി... ഇമ്പിച്ചിയെ തിരിച്ച് അറിയാത്തവർ പണ്ടു പറഞ്ഞിരുന്നു;

'നൊസ്സൻ!' - എന്നാൽ ഇത്രയും തലതിരിഞ്ഞ ഒരു മനുഷ്യജന്മം! രാവുണ്ണി എന്ന വ്യക്തിയെ ബഹുമാനിച്ചവരുടേതായിരുന്നു താരതമ്യം. അദ്ദേഹത്തെ ഓർത്താണ് പറയാൻ തുടങ്ങിയ ബാക്കി വാചകം അവർ പൂർത്തികരിക്കാതിരുന്നത്.

വർഷങ്ങൾക്ക് ഇപ്പുറം വളർച്ച തുടങ്ങിയ ഈ വൃക്ഷങ്ങളുടെയൊക്കെ ആശയം ഉള്ളിൽ വഹിച്ചവനായിരുന്നു ഇയാളെന്ന് ആരറിഞ്ഞു...?

കടത്തനാടൻ രാജവംശത്തിന്റെ കാര്യസ്ഥാവകാശികളിൽ പെട്ടുമായിരുന്നു രാവുണ്ണിമാഷിന്റെ കുടുംബം. നാട്ടുരാജ്യങ്ങളുടെ കടന്നു കയറ്റം പണ്ടും രാജ്യഭക്തരുടെ തലവേദനയാണ്. രാജ്യഭൂപടം മനസ്സി ലേറ്റി നടക്കുന്നവരായിരുന്നല്ലോ ഇവരൊക്കെ. മൂന്നു നാലു ഗ്രാമങ്ങ ളുടെ അതിരായ മലകളെ പ്രത്യേകം പരിഗണിച്ചു സംരക്ഷിക്കേണ്ട

ച്ചമതല രാവുണ്ണിയുടെ പിൻതലമുറക്കാർക്കായിരുന്നു നറുക്ക വീണത്. അതിനായി വാക്കാൽ കരമടച്ച് മുന്നോറോളം ഏക്കർ ഭൂമി ഒരുനൂറ്റാണ്ട് മുമ്പെ കൈവശം വന്ന കുടുംബമാണ് രാവുണ്ണിയുടേത്.

കടത്തനാടിന്റെ അങ്കപ്പെരുമ പ്രസിദ്ധമാണ്. ഉത്സവചരിതവും- ശൂരന്മാരായ ഈ പരമ്പരയുടെ ശപഥ മൂർച്ഛയ്ക്ക് പ്രായം കുറഞ്ഞു വരു ന്നുണ്ട്...

ജീവിക്കാൻ സ്നേഹോത്സവം കൈമുതലുള്ള മഹാന്മാരെക്കുറി ച്ച നിങ്ങൾ കേട്ടിരിക്കും. നാട്ടുമ്പറത്ത ഇമ്പിച്ചിമാരെക്കുറിച്ച മാത്രം കേട്ടിട്ടില്ല. അങ്ങനെങ്കിൽ മുന്തിയ രണ്ടുപേരെ ഞാനീ കടത്തനാടൻ മണ്ണിൽ വച്ച പരിചയപ്പെടുത്താം താങ്കൾക്ക്. ഇവരെ വല്ലേടത്തും വച്ച കണ്ടുമുട്ടിയാൽ ബഹുമാനിച്ചില്ലെങ്കിലും ശല്യം ചെയ്യരുത്.

'രണ്ട് ഇമ്പിച്ചിമാർ.'

വിൽപ്പനക്കുള്ള ചെറുതരം ശൃംഗാര വസ്തുക്കളോടൊപ്പമാണ് ആദ്യ വ്യക്തിയെ പരിചയപ്പെടുത്തുന്നത്. പാവങ്ങൾക്കുവേണ്ടി സഞ്ചരിക്കു ന്ന ഒരു രത്തൻടാറ്റ!... ഒരു കമ്പിൽ കളിപ്പാട്ട നിറവ് വേറെയും ഉയർത്തി പ്പിടിച്ചിരിക്കുന്നു. അതൊന്നു കറക്കിയാൽ കുഞ്ഞുങ്ങൾ അകലെ നിന്നേ ആകർഷിക്കപ്പെടുന്ന ഉത്സവമുറ്റം... രണ്ടാമത്തെ ആൾ വട്ടത്തിൽ തറ കെട്ടിയ അമ്പലത്തിന്റെ ആൽമരക്കീഴിൽ നിന്ന് ഉത്സവം ആസ്വദിക്കുക യാണ്. സ്ഥലം ലോകനാർകാവിന്റെ ഉത്സവാങ്കണം. ഒരു മുതുമുത്തച്ഛൻ അയാളുടെ കൈവിരൽ പിടിച്ചിരിക്കുന്നു!. കണ്ടില്ലെ ആ നിൽപ്പ്...!

ഒരേസ്ഥലത്ത് ഏറെ നേരമായി നില ഉറപ്പിച്ചിരുന്ന മനുഷ്യരാണ വർ. അവരുടെ നയനങ്ങൾ സ്വന്തം പ്രകൃതിയുടെ താളത്തിൽ സഞ്ചരിച്ച തുടങ്ങിയ മഹത്തായ ഉത്സവനേരം എന്നു വേണമെങ്കിൽ ഈ കടന്നു പോകുന്ന യാമങ്ങളെ കുറിച്ച വിശേഷിപ്പിക്കാം...

മുത്തച്ഛനെ മരച്ചുവട്ടിൽ നിർത്തി കുഞ്ഞ് ബലൂൺ വ്യാപാരിക്ക് അരികിൽ എത്തി.

"താങ്കളെ എവിടെയെല്ലാമോ കണ്ടു മറന്നപോലെ തോന്നുന്നല്ലോ എനിക്ക് "- വ്യാപാരി അനുഭാവം പ്രകടിപ്പിച്ചു.

ഇരുവരിലും ഒരേസമയം ഉയർന്ന ചോദ്യമായിരുന്നു അത്. അവർക്കറിയാം, ആകാശം പോലാണീ പരിചയം... പക്ഷെ, ഓർമ്മ കളിലേക്കുള്ള താളം ഇരുവരും അവരുടെ നെറ്റിയിൽ തട്ടിക്കൊണ്ടു ചോദിച്ചു; എവിടെ വെച്ചായിരുന്നീ ഊരും പേരും ആവശ്യം ഇല്ലാത്ത ഈ ബന്ധത്തിന്റെ തുടക്കം?

നമുക്ക് എത്താവുന്ന മിക്ക ഉത്സമേളങ്ങളിലും പരസ്പരം കണ്ടിട്ടുണ്ട്.

അതെ കണ്ടിട്ടുണ്ട്.

പക്ഷെ എനിക്ക് വ്യാപാരമില്ല! മുത്തച്ഛൻ അനുവദിക്കില്ല!

ജനങ്ങളുടെ വ്യത്യസ്ത രുചികളിൽ നോക്കി മുത്തച്ഛന്റെ വിരലിൽ പിടിച്ച് ഞാൻ നിൽക്കും.

നല്ല ഭ്രാന്ത്...

ഉത്സവം കൂടാൻ എത്തിയവർക്ക് കൊച്ചു കൊച്ചാനന്ദം വിറ്റു ജീവിക്കുന്നവനാണേ ഈയുള്ളവൻ. എനിക്കറിയാം ഇത്തരം കാഴ്ചകളിലും വസ്തുക്കളിലും ഭ്രമമുള്ള മനുഷ്യരെ കണ്ടാൽ!. മനുഷ്യരിലെ കുട്ടിത്തം മരിക്കല്ലേ എന്ന പ്രാർത്ഥനയാണ് ലോകത്തിൽ എന്നുമുള്ള എന്റെ ക്ഷേത്രവഴിപാട്. താങ്കളുടേതോ?

'പറയാം.' ആൾക്കൂട്ടം ഒരു വൻ വൃക്ഷച്ചുവട്ടിൽ നിന്ന് ആസ്വദിക്കലാണെന്റെ ഇഷ്ടം. നാം നല്ല ആസ്വാദകരാകാൻ നമ്മുടെ കുഞ്ഞു വിരലിൽ പിടിക്കാൻ ഉത്സവം ധാരാളം ആസ്വദിച്ച ഒരു മുത്തച്ഛന്റെ ആവശ്യം ഉണ്ട് ...!

ഇമ്പിച്ചി ബഹുമാനത്തോടെ ആൽമരത്തിനു മുകളിലോട്ട് നോക്കി. ഇലകൾ ഒന്നടങ്കം ഇമ്പിച്ചിയെ ആത്മഹർഷം അറിയിക്കുന്ന കാഴ്ച കാണാം...

ഉടൻ ഒരു കോലുള്ള ബലൂൺ സമ്മാനം നീട്ടിയിരിക്കുന്നു കച്ചവടക്കാരൻ.

വേണ്ട.

സാരമില്ല. ഇത് നിങ്ങളിൽ വസിക്കുന്ന കുഞ്ഞിനാണ് നൽകുന്നത്. ഇളക്കി നോക്കൂ - നമ്മളാഗ്രഹിക്കുന്ന സംഗീതമുണ്ടതിൽ...

'നന്ദി.'

ആരേയും കൊള്ളയടിച്ചുകൂടാത്ത തൊഴിലാണ് ഞാൻ തിരഞ്ഞെടുത്ത ജീവിതോപാധി.

അങ്ങ് എന്റെ ഡയറിയിൽ ഒരു സ്ഥാനം നിലനിർത്തിയിരിക്കുന്നു.

വേണ്ട സുഹൃത്തേ, നമ്മളേപ്പോലുള്ള നൊസ്സൻമാരുടെ സ്ഥാനം ഇരുളാണ്. കറങ്ങുന്തോറും വെളിച്ചമുണരുന്ന ചൈതന്യമുണ്ടല്ലോ അതിൽ - കഴിഞ്ഞു കൂടാൻ ഇത്രയൊക്കെ ധാരാളം.

ശരിയാണ്. അകത്തും മുഖത്തും ഒന്നുമില്ലെന്ന് തോന്നിക്കുന്ന എത്രയോ നന്ദിയുള്ള ജീവികളുടെ ഉത്സവ കൂടാരമാണീ ഭൂമി. അവർക്കൊപ്പമാവാം നമ്മുടെ തുടർയാത്ര...

ആവാം. എങ്കിലും എനിക്ക് നമ്മുടെ കൂടിക്കാഴ്ച ആനന്ദമേകിയിരിക്കുന്നു.

ആട്ടെ, ഇനിയും നാം എവിടെ വെച്ചെങ്കിലും കണ്ടുമുട്ടും. ശുഭയാത്ര...

ഒടുവിലത്തെ ഞങ്ങളുടെ കൂടിക്കാഴ്ച കുറ്റ്യാടി ചന്തയിൽ വച്ചായിരുന്നു. നാളെ കഴിഞ്ഞ് അഞ്ചുദിവസം നീളുന്ന 'ഓർക്കാട്ടേരി' ചന്ത

വരവായി. അവിടേക്കാവാം ഇന്നത്തെ പുറപ്പാട്. അല്ലെങ്കിൽ കക്കട്ടിലെ കുന്നുമ്മൽ ഭഗവതി ക്ഷേത്രത്തിലേക്കോ? ഈ വർഷത്തെ ഉത്സവങ്ങളുടെ ഒരു ഘോഷയാത്ര മനസ്സിൽ തെളിഞ്ഞു വന്നു. അദ്ദേഹത്തെ വിളിക്കുകയോ, പരിചയം പുതുക്കുകയോ ചെയ്തില്ല. ആൾ തിരക്കിൽ കണ്ടില്ലെന്ന നാട്യം ചിലപ്പോൾ ആവശ്യമാണ്. കലുഷിത മനസ്സേ നീ വ്യത്യസ്ഥ ഉത്സവത്തിനാണ് ഇന്ന് കലാപകൊടി ഉയർത്തിയിരിക്കുന്നത്... സമൂഹത്തിൽ പകൽനേരവും ഇരുട്ടറയിൽ തളയ്ക്കപ്പെട്ട ഒരു ബാലികയെ മുക്തയാക്കേണ്ടിയിരിക്കുന്നു തനിക്ക്...

ആദ്യം ദൗർഭാഗ്യവശാൽ താൻ എത്തപ്പെട്ട ഈ സ്ഥലത്തു നിന്നു വേണം മോചനം ലഭിക്കാൻ. അതിനുള്ള തീവ്ര കാത്തിരിപ്പിലാണ് മുഴുകിയത്. മനുഷ്യർ ഓർക്കാപ്പുറം ചെന്നു കയറുന്ന അനേകം കെണിക്കുട്ടകളുണ്ട് ലോകത്തിൽ. ഇത്തരം കെണികളിൽ ആരും ചെന്നു കുരുങ്ങരുതേ എന്ന് ഈ വലിയ കണ്ണാടിയിൽ നോക്കി ഞാൻ ആത്മാർത്ഥമായ് പ്രാർത്ഥിക്കുന്നു...!

വെളുത്ത കുറ്റിരോമങ്ങൾ നിറഞ്ഞ ഇമ്പിച്ചിയുടെ ചീർത്ത മുഖത്തിന് പിന്നിലെ സൗന്ദര്യം അറിയില്ലല്ലോ എത്ര വിലപിടിപ്പാർന്ന കണ്ണാടിക്കും... എന്തുകൊണ്ടോ മനുഷ്യർ തന്റെ സുന്ദരമായ മുഖത്തിൽ നോക്കിയാണ് അവരുടെയൊക്കെ വികൃതമായ മുഖം ചമയുന്നതെന്ന അഹങ്കാരിയാണ് ക്ഷുരകന്റെ കണ്ണാടി...! തല കറുത്ത പടക്കുതിര ചമയാൻ വന്നവനെന്നു തെറ്റിദ്ധരിച്ച കണ്ണാടി ചോദിച്ചു; എന്താ അറിയാമോടോ തനിക്കെന്നെ?

'അറിയാം.'

പാലുള്ള മുലകളിൽ മാത്രം കണ്ണുള്ളവന്റെ തലയും മുഖവും വെളുത്തിരിക്കുന്നു. എന്നിട്ടും ആർത്തി ഒടുങ്ങാത്ത പിശാച്... നീ ഇനിയും പരസ്ത്രീകളിൽ ഉത്സവം ആഘോഷിക്കുകയാണ്...

ഡോക്ടർ സൂചിപ്പിച്ച പ്രത്യേക ഇടങ്ങളിൽ ഒന്നിലാണ് ഇമ്പിച്ചി ഇപ്പോൾ എത്തപ്പെട്ടിരിക്കുന്നത്. കാഴ്ചയിൽ ചില ചേർച്ചകൾ അടങ്ങിയ മുഖങ്ങൾ ശണ്ഠ കൂട്ടുന്ന ഇടം...!

നിന്ദ-സ്വാർത്ഥത-വഞ്ചന-അസൂയ ഇവയുടെയൊക്കെ മുഖച്ഛായ സ്മരിക്കപ്പെടുന്ന അന്തരീക്ഷത്തിൽ വെച്ചാണ് ഇദ്ദേഹത്തിന്റെ മനസ്സെന്ന പെൻ്റുലം വേഗത വർദ്ധിച്ച് തെറ്റായ മുഖം വെളിപ്പെടുത്തിയത്..

- ഇമ്പിച്ചിയുടെ ഉരുക്കു മുഷ്ടികൾ ഉയരുന്നുണ്ടെങ്കിലും കണ്ണാടി നോക്കി അലറിയില്ല. എല്ലാം ഉള്ളിൽ അടക്കി നിർത്തി. ഉള്ളിലേക്ക് ഭക്ഷണം വേണ്ടാത്ത ഒരു പ്രായവും, അവന്റെ വിശപ്പിനേക്കുറിച്ചും അറിയാമോടാ വിഡ്ഢീ തനിക്ക്. അതറിയണമെങ്കിൽ വീര്യമുള്ള മുലപ്പാൽ കടിക്കണം...

ഞാനീ മനോഹരമായ മലകൾ ഇറങ്ങവേ ഒരു പാപഭാരവും ചുമക്കുന്നില്ല. എന്റെ സുഹൃത്ത് ഉത്സവപറമ്പിൽ വഹിക്കുന്ന വീർപ്പിച്ച അനേകം ബല്ലൂണുകളുടെ കറങ്ങുന്ന ഒരു കോലാണ് ചിലപ്പോൾ ഞാൻ... ലോകത്തിലെ സർവ്വ മലകളും തോളിലേറ്റിയ സംതൃപ്തൻ.....!

കുറേ നുണകളാൽ ഇണയെ ഒതുക്കുന്ന കലയാണ് പ്രണയം. പക്ഷെ നേരായ തൃപ്തി ലഭിക്കാൻ ആരായാലും സത്യസന്ധനായിരിക്കണം... കണ്ണാടി വീണ്ടും നിരപരാധിക്കു നേരെ തെറ്റായ പ്രകോപനം നടത്തി.

സ്ത്രീകളിൽ നിന്ന് രക്ഷപ്പെടാൻ കൗശലമറിഞ്ഞവൻ തന്നെ താൻ. ഒരു കൊലയാളിയേക്കാൾ കൂടിയ കുറ്റക്കാരൻ!

എടാ നീചാ. എന്നെ നീ കൊലയാളിയാക്കും...

ങ്ഹും. ഒന്നു പോടൊ. വൈരൂപ്യം പുഞ്ചിരിക്കുന്നതു കണ്ടു സഹിക്കാൻ കണ്ണാടിക്കെ കഴിയൂ. നീയൊക്കെ എന്നെങ്കിലും തന്റെ കാമാത്മാവിന് അവധി നൽകിയ ദിവസമുണ്ടോ?

ച്ഛീ നിർത്തെടാ അധിക പ്രസംഗീ. ഒരു പരിഷ്കൃത വ്യക്തിയുടെ ആവശ്യവും അപേക്ഷയുമാണ് അജീവമെങ്കിലും സുഹൃത്തെന്ന കണ്ണാടി!. ഇനി നീ വാ തുറക്കല്ലേ...!

എഴുന്നേറ്റ് പോടാ അവിടന്ന് -

കലഹം മൂത്ത അന്തരീക്ഷത്തിൽ ക്ഷുരകൻ ചലിപ്പിച്ച കത്രികയുടെ കിളിക്കൊത്ത് അസഹ്യമായിരുന്നു ഇമ്പിച്ചിക്ക്... ആ കണ്ണുകൾ ചെമന്നിട്ടുണ്ട്. മനസ്സിന്റെ നരിനേരമെന്നു കേട്ടിരിക്കും നിങ്ങൾ? മുഷ്ടി വലിഞ്ഞു മുറുകി... സംയമനം അസഹ്യമാക്കുന്ന നേരമുണ്ട് പുരുഷനിൽ. അന്ത്യത്തിൽ അയാൾ പൊട്ടിതെറിക്കുക തന്നെ ചെയ്തു.

ഇതോളം കൂടിയ സമ്മാനം വേറെയില്ല കേട്ടോ എന്റെ കൈയ്യിൽ. വൃദ്ധൻ എഴുന്നേറ്റ് നിന്ന് ഒറ്റ അടി, ആ കണ്ണാടിയുടെ മുഖത്ത്. ശ്ശ്ലേം!... പെട്ടന്നായിരുന്നു അതെല്ലാം സംഭവിച്ചത്. ക്ഷുരകന്റെ കണ്ണാടി അനേകം നുറുങ്ങു ചീളുകളായി താഴെ ചിതറിയിരിക്കുന്നു...!

അന്ന് കേശാലങ്കാര സ്ഥാപനത്തിൽ ബഹളം നടന്നത് അങ്ങാടിയിൽ ജനങ്ങൾ തിങ്ങിനിറഞ്ഞ നേരമായിരുന്നു. ക്ഷുരകന്റെ ചെയർ കാലിയായപ്പോൾ ഇമ്പിച്ചിയുടേതായിരുന്നു ഊഴം. ബഹളം കേട്ട് എത്തിയവർക്ക് വ്യക്തതയില്ലാത്ത വിശദീകരണങ്ങളാണ് സാക്ഷികളിൽ നിന്ന് ലഭിച്ചത്.

എന്തായാലും ഇമ്പിച്ചി വീണിരിക്കുന്നു. ഇനി ഇല്ല, ഒരു എഴുന്നേൽപ്പ്. കേൾവിക്കാർ പലർക്കും ദുഃഖം

'സത്യമാണൊ ഈ കേൾക്കുന്ന വാർത്ത?'

ചെയറിൽ മുഖം മിനുക്കിക്കൊണ്ടിരുന്നവൻ താഴെ ഇറങ്ങി.

ശിവാനിയെ സ്വന്തമാക്കാൻ വർഷങ്ങളായി ഒരുക്കം പൂർത്തീയാക്കാത്തവനായിരുന്നു ഇയാൾ... കരുത്തനായ വഞ്ചിക്കാരൻ കുശവൻ..!.

അയാൾ പറഞ്ഞു,

'നമ്മുടെ കുശവൻകുന്നാണെ സത്യം, ആ പഴയ കൂജ സ്വയം വീണുടഞ്ഞതാണ്...!!

നമ്മൾ കുശവൻമാരീ വീഴ്ച ശരിക്കും ഒന്നാഘോഷിക്കും...

അദ്ധ്യായം-12

ബോധം തിരികെ ലഭിച്ച ഏതൊരു രോഗിയുടെ മസ്തിഷ്കവും കഴിഞ്ഞുപോയ മുഹൂർത്തങ്ങൾ സ്മരിക്കുമെന്ന് അറിയാമോ താങ്കൾക്ക്? പക്ഷെ ഉറ്റവന്റെ അതിജീവനത്തിൽ അടുത്ത ബന്ധുക്കൾ ശയ്യയ്ക്ക് ചുറ്റും കൂടി സന്തോഷം പങ്കുവെച്ചതായിരുന്നു ആ ആൾക്കൂട്ടം. പതിവിൽ കൂടുതൽ ബന്ധുക്കളെ കണ്ട ശിവാനി ഭയന്നു. അവൾ ശയ്യയ്ക്ക് അരികിലേക്ക് കുതിച്ചെത്തിയ നിമിഷം ഇമ്പിച്ചിയെ സംബന്ധിച്ചിടത്തോളം ഭൂമിയിൽ താൻ കണ്ട സ്വർഗ്ഗ നിമിഷങ്ങളാകുന്നു....! ഇനിയുമുണ്ട് മനസ്സിൽ മായാതെ കിടക്കുന്ന കുറേ കാഴ്ചകൾ.

കാലം ഒരു ഇടവേളക്ക് ശേഷം ഹൃദയത്തിന് കൈമാറിയ നിധി ഒന്നു തുറന്നു നോക്കുകയാണ് ഇമ്പിച്ചി.

ശരീരം ഊന്നുവടിയിൽ എഴുന്നേറ്റു നിന്ന ആദ്യദിനമായിരുന്നു അന്ന്.

വർഷങ്ങൾക്കു ശേഷം ലഭിച്ച കാഴ്ചയെന്നു പറയാൻ ആതുരാലയം പൂർണ്ണമായി അനുമതി നൽകുന്നില്ല. മതിലിന് അപ്പുറം നഗരത്തിലേക്കുള്ള പ്രധാന റോഡാണ്. ഓടുന്ന വാഹനങ്ങളുടെ ശബ്ദം കേൾക്കാം. സഞ്ചാരികളെ കാണുമാൻ വയ്യ. വേനൽചൂടിൽ നിവർത്തി പിടിച്ച കുടകൾ തലങ്ങും വിലങ്ങും ഒഴുകി. ഒപ്പം പൊക്കി പിടിച്ച ഒരു ബലൂൺ കുമ്പാരം ശരീരത്തെ ഏറെ കാലം ശയിച്ചിരുന്ന കട്ടിലിൽ തന്നെ ഇരുത്തിക്കളഞ്ഞു...

ഞാൻ പരിചയപ്പെട്ടവരും സ്നേഹിച്ചിരുന്നവരുമായ ഒരു സമൂഹത്തിൽ ഇന്ന് എത്ര പേർ ജീവിച്ചിരിപ്പുണ്ടോ എന്തോ! - ചില ആകസ്മിക കാഴ്ചകൾ നമ്മോടു ചോദിക്കുന്ന ചോദ്യങ്ങളും ചിന്തകളുമാകുന്നു താൻ ഇന്നും ജീവിച്ചിരിക്കുകയാണെന്ന ബോധം നൽകലിന്റെ ആധാരം. അഥവാ സ്മരണകളും കാഴ്ചകളും മനുഷ്യരെ ഊട്ടുകയാണന്നും.

പ്രകൃതിയോടു സ്വയം മൊഴിഞ്ഞു. ഇന്നത്തെ എന്റെ ശാരീരികാവസ്ഥയൊന്നും കാര്യമാക്കുന്നില്ല. ഞാൻ സ്നേഹിക്കുന്ന മലകളിലെങ്ങോ സഞ്ജീവനിയെന്ന ഔഷധമുണ്ട്... നനഞ്ഞ മിഴികൾ തുടച്ചു.

കാഴ്ചയിലെ മലമുനപ്പിൽ പുതിയ മേഘപുഞ്ജം ഒരു വെളുത്ത

കർട്ടൺ ഞാത്തിയിരുന്നു.

മതി മതി, പിന്നിൽ നിന്ന് നഴ്സിന്റെ സ്വരം കേട്ടു. "ഇങ്ങിനെ പയ്യെപയ്യെപ്പയ്യെ ഓരോ ദിവസവും വെളിച്ചമുള്ള വീഥികൾ കണ്ടെത്തി ജീവിതത്തിലോട്ടു തിരിച്ചുവരിക. അഭിനന്ദനങ്ങൾ...! ഊന്നുവടി ഇനി ആ മൂലയിൽ ചാരി വെച്ചോളൂ. ഒരു കുഞ്ഞിനോടെന്ന പോലെ, വൃദ്ധനോടുള്ള സ്നേഹ സ്നേഹമസൃണം ഹൃദ്യമായി തോന്നി.

തിക്താനുഭവങ്ങൾ കണ്ണുനീർ വറ്റിച്ചെങ്കിലും ആകാശത്തിലെ മേഘ കീറുകൾപോലെ അനുഭവങ്ങൾ പലതും കാഴ്ച നൽകി അകന്നുപോയി...

ഈ പെൺകുട്ടി എത്ര കാലങ്ങളായാവോ ഈ ശയ്യയിൽ എന്നെ ശുശ്രൂഷിക്കാൻ തുടങ്ങിയിട്ട്?

തൊഴിൽ ആതുര സേവനമാക്കാൻ യഥാർത്ഥ ത്യാഗികൾക്കേ സാധ്യമാകൂ...

നോക്കൂ, നിങ്ങളിൽ രോഗം എത്ര ശക്തിയിൽ ജ്വലിച്ചാലും ഞങ്ങൾക്കു മുമ്പിൽ അത് ചാരമാകേണ്ട കനലാണ്...! ധൈര്യമായിരിക്കുക. അവൾ സാന്ത്വനവുമായി മറ്റൊരു രോഗിക്ക് അരികിലേക്ക് കടന്നിരിക്കുന്നു.

അപ്രതീക്ഷമായി വൈദ്യുതി നിലച്ചു. കറങ്ങിക്കൊണ്ടിരുന്ന പങ്ക നിശ്ചലം. രോഗികൾക്കെന്നപോലെ ആതുരാലയത്തിനു ശ്വാസം മുട്ടുന്നപോലെ തോന്നി. നിശ്ശബ്ദം നിശ്ചലം കിടന്നു. ചൂടിനോടും ശൈത്യത്തിനോടും ജയിക്കാനുള്ള വഴി ആയിരക്കണക്കിനു വർഷങ്ങൾക്ക് അപ്പുറം ജീവിച്ച കൺഫ്യൂഷ്യസ് അരികിൽ വന്ന് നിസ്വന്റെ കാതിൽ ഉപദേശിച്ചിരുന്നു; ഇങ്ങനെ പ്രവർത്തിക്കുക!...

ആതുരാലയത്തിൽ ഈ നിമിഷം ഇമ്പിച്ചി മാത്രം അർഹിച്ച സന്തോഷമുഹൂർത്തമാണിത്...

നഷ്ടപ്പെട്ട ഓർമ്മകളെ, നിങ്ങളുടെ തിരിച്ചുവരവിന് നന്ദി. മനുഷ്യരുടെ വായനാശീലം ഭൂമിയിലെ ഏറ്റവും മികച്ച ഔഷധമാണെന്ന് നാളുകൾക്കു ശേഷം കണ്ടുമുട്ടിയ കൺഫ്യൂഷസിനോടു തമാശ പറഞ്ഞു...

ആരുടെയൊ പാദവിന്യാസം കേൾക്കാം. ശയ്യയ്ക്ക് അരികിലേക്ക് അടുത്തുവരികയായിരുന്നാ സ്വരം. ആരായിരിക്കാം ആ വരുന്നത്. ഏറെ കിടന്നുപോയ ശരീരം എഴുന്നേൽക്കാൻ തിടുക്കം തുടങ്ങിയിരിക്കുന്നു. ജീവിതത്തിലേക്കുള്ള ശുഭ ലക്ഷണം. കണ്ണുകൾ തുറന്നില്ല. ഉത്സാഹം കൂടുമ്പോൾ കുസൃതി കാട്ടുന്ന കുഞ്ഞുങ്ങളേപ്പോലാണ് വൃദ്ധരും...! ചൂടിനെ ജയിക്കാൻ കൺഫ്യൂഷ്യസിന്റെ നിർദ്ദേശ പ്രകാരം നിശ്ചലനം മാനസിക ശക്തി പ്രയോഗിച്ചു ശയിക്കുകയായിരുന്നു ഇമ്പിച്ചി...

നേർത്തൊരു കാറ്റിന്റെ ചിറക് ഇളക്കം തുടങ്ങി... സാമീപ്യഗന്ധത്തിൽ ഇമ്പിച്ചി ആളെ തിരിച്ചറിഞ്ഞിരിക്കുന്നു!

കാറ്റിന്റെ ചുണ്ടിളകി: നമ്മുടെ കുഞ്ഞുംനാളിൽ തുടങ്ങിയ പ്രണയത്തിന് കാലങ്ങൾക്കു ശേഷം അർത്ഥമുണ്ടായിരിക്കുന്നിമ്പിച്ചി! ആ സുന്ദരസ്മരണയിൽ നിന്നുള്ള സുഗന്ധമാണിപ്പോൾ ഏകാന്തതയിലെന്റെ കൂട്ട്... പാവം ഇപ്പോഴും ഇയാളുടെ ഓർമശക്തി നഷ്ടമായി കിടപ്പാണെന്നാണ് അവളുടെ വിശ്വാസം. ഞാൻ എഴുന്നേൽക്കട്ടെടി, വച്ചിട്ടുണ്ട് നിനക്കൊരു വലിയ സമ്മാനം...

മീനമാസ ചൂടിൽ ഒരു പ്രണയാന്ധൻ അനുഗ്രഹം വർഷിക്കുകയായിരുന്നു പ്രണയനിനിക്കു നേരെ!

വൈകാതെ താങ്കൾ ചിങ്ങമാസ പുലരിയിലെത്തട്ടെ...

എന്തിനോ രോഗിയുടെ കൈ പിന്നോക്കം ചലിച്ചിരിക്കുന്നു.

ശിവാനി ഒഴിഞ്ഞുമാറി.

സ്പർശ്ശം നിയന്ത്രണം വിട്ടുപോവില്ലെന്ന് ആരറിഞ്ഞു... സാഗരത്തിൽ അത്ര ശക്തമായ് അടിച്ച് ഉയർന്ന തിരമാലകളല്ലേ ആഴത്തിൽ ചെളിയായി അമർന്നു പോയ നമ്മളുടെ മോഹങ്ങൾ... മനുഷ്യർ വല്ലപ്പോഴും ഭൂമിയിലെ കത്തുന്ന മഞ്ഞുകട്ടയാണ്!

ഇന്ന് ഊന്നുവടിക്കെന്ന വ്യാജേന ശിവാനിയുടെ ശരീര സ്പർശ്ശമായിരുന്നു ഉള്ളിലുയർന്ന മോഹം. അല്ലെങ്കിൽ പക്വതയാർന്ന കുസൃതിത്വം...

ഓ... അല്ലെങ്കിൽ വേണ്ട. നീ സ്വയ അനുഭവങ്ങൾ കൊണ്ട് നേടിയ കരുത്ത് നിന്നെ നീയാക്കിയിരിക്കുന്നു...!

ചുമ്മാ എണ്ണിവെയ്ക്കാൻ തോന്നാത്തതിൽ പെടുത്താം ഇന്നു തോന്നിപോയ വിഡ്ഢിത്തം... അയാൾ കണ്ണുകൾ തുറക്കാതെ വായുവിലോട്ടു നോക്കി പുഞ്ചിരിക്കുകയും എന്തെല്ലാമോ പിറുപിറുക്കുകയും ചെയ്തു.

എന്റെ പൊന്നു കൂട്ടുകാരാ, ഈ കിടപ്പിലും എന്തൊരു ഐശ്വര്യമാണ് നിന്റെ ഈ പുഞ്ചിരി തൂകുന്ന മുഖം പ്രസരിപ്പിക്കുന്നത്... വാരിപ്പുണരാൻ തോന്നുന്നെനിക്ക്... കാത്തിരിപ്പാണീ ദൗർഭാഗ്യവതി ഇനിയും ആ സുന്ദരമായ നാളുകൾക്കുവേണ്ടി. അപ്പോഴും അവളുടെ കരങ്ങൾ സ്നേഹകുളിർമ്മയുള്ള തെന്നലൊഴുക്കികൊണ്ടിരുന്നു...

ഇമ്പിച്ചി ശയിക്കുകയായിരുന്നെങ്കിലും ഉള്ളിൽ പിറുപിറുക്കുന്നുണ്ടായിരുന്നു. ആ പിറുപിറുപ്പ് ഇപ്രകാരമായിരുന്നു;

ഹൃദയത്തിൽ കളങ്കമില്ലാത്ത വെളിച്ചം സൂര്യനിലേ ഞാൻ ദർശിച്ചിരുന്നുള്ളൂ, സഖീ. ഇപ്പോൾ ഭൂമിയിൽ ഒരു സ്ത്രീ അതേ അർത്ഥത്തിൽ വെളിച്ചമേകി എന്നെ അത്ഭുതപ്പെടുത്തിയിരിക്കുന്നു!...

തൊട്ടാൽ പൊള്ളാത്ത സ്നേഹത്തിനായി ഞാൻ നിന്നിലെ

കൺഫ്യൂഷ്യസ് - പ്രകൃതിയേകുന്ന ചൂടിനെയും തണവിനേയും മനുഷ്യർ എങ്ങിനെ നേരിടണമെന്ന് കാണിച്ചുതന്ന ചൈനയിലെ ഒരു തത്വചിന്തകൻ

വെളിച്ചം കൊതിക്കുന്നു.

ഇമ്പിച്ചിയുടെ കണ്ണുകൾ നനഞ്ഞു...

എന്തൊരു ഒടുങ്ങാത്ത ദാഹമാണീ ഹൃദയത്തിൽ കുടികൊള്ളുന്നത്? ശിവാനീ,, അയാൾ മെല്ലെ വിളിച്ചു: മനസ്സിനെ ഇന്ന് അയാൾ എത്ര അടക്കിയിട്ടും അടങ്ങുന്നില്ലായിരുന്നു. അയാളുടെ വികാരവിവശമായ സ്വരം പുറത്തേക്ക് ഇറങ്ങിയത് വ്യക്തതയിൽ അല്ലായിരുന്നു. അതുകൊണ്ട് ഉണ്ടായ നിരാശയാണോ എന്തോ - എന്തുകൊണ്ടോ അദ്ദേഹത്തിലെ ശാഠ്യരോഗി തെറ്റായ മുഖത്തിൽ ഉണർന്നു കഴിഞ്ഞു...

തന്നെ വല്ലവരും നിന്ദിച്ചാൽ എതിർക്കാൻ വയ്യെങ്കിലും നിലവിളിക്കാൻ ഒരു വലിയ കൂട്ടുകുടുംബമുള്ളവനാണ് ഞാൻ!

എന്റെ ബന്ധുക്കൾ മണ്ണിൽ മലർന്നു കിടന്ന് വിണ്ണിനെ വീക്ഷിക്കുകയല്ല ചെയ്യുന്നത്. മുകളിലോട്ട് കൈകൾ കൂപ്പി പ്രാർത്ഥിക്കുകയാണ് ജീവിക്കുന്ന നിങ്ങൾക്കെല്ലാം വേണ്ടി... വേണ്ട. നിങ്ങൾ പ്രാർത്ഥന തുടരുവിൻ മക്കളെ! - നിങ്ങളുടെ മാതാവ് പിതാവിനേക്കാൾ പരിശുദ്ധയാണ്. ഞാൻ ചില നേരങ്ങളിൽ ശിശുവിനെപ്പോലെ കാലിടറുന്നു... ഞാൻ തീർച്ചയായും മറ്റുള്ളവരോട് വൃത്തിയായി പെരുമാറാനും സംസാരിക്കാനും ശീലിക്കും. കാത്തിരിക്കൂ...

ഒരു പ്രണയരാത്രി പോലെ വാർദ്ധക്യത്തെ യാത്രയാക്കാൻ ഒരു വിഭാര്യന് സാധ്യമായിരുന്നെങ്കിൽ എത്ര ഭാരമറ്റതാകുമായിരുന്നീ ജീവിതം. ദേഹമെന്ന കൂട്ടിലെ പക്ഷിയെ ഇമ അണയ്ക്കാൻ അനുവദിക്കാതെ പ്രകൃതി ഒരുക്കുന്ന മായാജാലം അത്ഭുതകരമാണ്! അവ ,നിസ്വരെ ശമനതാളത്തിൽ നോവിക്കുന്നു... ഈ വേദന മനസ്സിലാവണമെങ്കിൽ മനുഷ്യരെ മനുഷ്യരായി കാണാനുള്ള കണ്ണും, കലാഹൃദയമുള്ള ഒരു ദൗർഭാഗ്യവാന്റെ വാർദ്ധക്യവും നിങ്ങൾക്ക് ആവശ്യമുണ്ട്...

ദൈവനാട്ടിൽ എനിക്ക് ഇനിയുമേക്കു വിതയ്ക്കാൻ വിത്തുകളും നിത്യപ്രണയിനിയും തരിശുമലകളും... മല വിളകളെക്കുറിച്ച് ആധികാരികമായ് വെളിപ്പെടുത്താൻ കൃഷി അറിയുന്ന കർഷകൻ തന്നെയാണ് രാഷ്ട്രത്തിന് ആവശ്യം...!

നിലച്ചുപോയ വൈദ്യുതി തിരിച്ചെത്തി. ഇമ്പിച്ചി കറക്കം തുടങ്ങിയ പങ്കയെ നമിച്ചപ്പോൾ ശിവാനി കടന്നുപോയ പാദധ്വനി അയാളുടെ നെഞ്ചിൽ പെരുമ്പറ മുഴക്കി...

അദ്ധ്യായം-13

ഇന്നൊരു തെറ്റായ ദിവസമൊ, നമ്മൾ ഇവരുടെ വീട്ടുപടിക്കൽ എത്തപ്പെട്ടത്? സാഹചര്യത്തിന്റെ ആഴം തിരിച്ചറിഞ്ഞപ്പോൾ വൃദ്ധയുടെ ഹൃദയത്തിൽ അലട്ടു തുടരുകയായിരുന്നു.

തമ്പ്രാന്റെ ചാവ് അടിയന്തിരാത്രെ നടക്കണത്.

ഏറെ ഗ്രാമമുഖ്യരെ ഒന്നിച്ചു കണ്ടപ്പോൾ അടിയാത്തിക്ക് ഉള്ളിൽ ശങ്ക. തിരിച്ചുപോയാലൊ കുടിലിലേക്ക് ?

'വരൂ'... പടിവാതിലിൽ നിന്നായിരുന്നാ സ്വരം.

കാഴ്ചയിൽ മുഖശ്രീയുള്ള ഒരു യുവാവിന്റെ ആഗമനവും ക്ഷണവും ഒപ്പമായിരുന്നു ലഭിച്ചത്. അദ്ദേഹമാണ് പിന്നെ കൊട്ടാരതുല്ല്യം പ്രൗഢഗംഭീരമായ ആ വീട്ടിലേക്ക് ഞങ്ങളെ നയിച്ചത്. ആ വീട് അടുക്കം തോറും പൂമുഖത്തിന്റെ പ്രൗഢി കണ്ട സ്ത്രീ പകച്ചു പോയി.

ങ: നിങ്ങൾ പാതി വഴിയിൽ അറച്ചു നിൽക്കരുത്. ക്ഷണം നിങ്ങൾക്ക് അവിടേക്കാണ് ലഭിച്ചത് വന്നാട്ടെ.

വൃദ്ധയെ സംബന്ധിച്ചേടത്തോളം വളരെ ഭീതിപ്പെടുത്തുന്നതായി തോന്നി, എത്തപ്പെട്ട ലോകം...!

ചില സത്യങ്ങൾ നയചാതുര്യതയിൽ ഉന്നതരുടെ താവളത്തിൽ കടന്ന് അവതരിപ്പിക്കുക സാധ്യമായില്ലെങ്കിൽ അനുഭവിക്കേണ്ട ഫലം അവർക്കറിയാം.

'ഹെഫേസ്റ്റസ്" എന്നു പേരുള്ള യവന പുരാണത്തിലെ മുടന്തൻ കഥാപാത്രത്തിന്റെ കൂട്ടുമായായിരുന്നു ഇമ്പിച്ചി ഈ പാവം കുടുംബത്തിന്റെ രക്ഷക്കായി അവിടെ കാത്തുനിന്നത്. ഈ കഥാപാത്രം യാഥാസ്തികരായ മലയാളത്തിന്റെ നാട്ടുമ്പുറ മനസ്സ്ക്കരുമായി മല്ലിടാൻ യോഗ്യമാണോ എന്തോ - എന്തായാലും വിദേശിയായ ഈ കഥാപാത്രത്തെ കുറിച്ച് അദ്ദേഹം ആമുഖമായ് ഒന്നു പരിചയപ്പെടുത്തിയത് നന്നായി.

ഇദ്ദേഹം ഗ്രീക്ക് രാജ്യത്തിന്റെ ഇതിഹാസത്തിൽ മുടന്തനായ ഒരു ദൈവമാകുന്നു...! 'അഫ്രോഡിറ്റി' എന്നു പേരുള്ള ദേവലോകത്തിലെ

മഹാദേവിക്ക് ഈ മുടന്തനോട് തോന്നിയ ഇഷ്ടവും കാരണവും ലോകപ്രസിദ്ധമാണ്. ആ ചരിത്രം പക്ഷേ ഈ മലനാടൻ ഗ്രാമീണർ അറിയണമെന്നില്ല - ആ കഥയുടെ ഉള്ളടക്കം ലളിതമായ ഭാഷയിൽ പറഞ്ഞാൽ ഇപ്രകാരമായിരുന്നു. സ്ത്രീ പുരുഷ ലൈംഗീകാസക്തി ആരിൽ ജനിച്ചാലും അതൊരു കുറ്റമാകുന്നില്ല. അവളോടുള്ള - അല്ലെങ്കിൽ അവനോടുള്ള - അതിക്രമമാണ് കുറ്റകരം. ഈ സന്ദേശമാണ് ഒരു യവന കവി അവിടത്തെ യാഥാസ്ഥിക ജനതയ്ക്ക് സമ്മാനിച്ചത്. അതിന്റെ ഒരു പകർപ്പാണ് നമ്മുടെ മലമുട്ടിൽ നിങ്ങൾക്കെല്ലാം പരിചിതരായ രണ്ട് പേരിലൂടെ ദൃശ്യമായത്. ഇത് ആ ഇതിഹാസത്തിന്റെ കാലപ്പകർപ്പല്ല, ആടിത്തീർത്തത് തങ്ങളുടെ തനതായ ജീവിതം!

ഇമ്പിച്ചി കയറിവന്ന രണ്ടു നിസ്സഹായരെ സ്വാഗതം ചെയ്തു. അയാൾ അവരെ സദസ്സിനു പരിചയപ്പെടുത്താൻ ഒരുങ്ങുകയാണ്.

ആഗതർ സദസ്സിനെ ഉപചാരപൂർവ്വം വണങ്ങി.

പെട്ടെന്നു കേൾക്കാം, 'ത്ഫൂ... ഒരു മിടുക്കൻ മലയിൽ പൊലയാടി വന്ന കഥ കേൾപ്പിക്കാൻ ഉപയോഗിച്ച സന്ദർഭം കണ്ടില്ലേ, കുടുംബത്തിൽ പിറന്നവനെങ്കിൽ ഇത്തിരി നാണവും മാനവും കൂട്ടുണ്ടാകും. അതില്ലാത്തവർക്കൊപ്പം നമ്മളെന്തിന് സമയം കളയണം. വാടാ...ഇറങ്ങി ' കുടുംബത്തിലെ ഒരു കാരണവർ തന്റെ പരമ്പരാഗത ആചാരങ്ങളെ ധിക്കരിക്കുന്നവനെ കേൾക്കാതെ സഭ ബഹിഷ്ക്കരിച്ചു കഴിഞ്ഞു. അദ്ദേഹത്തെ അനുകൂലിച്ച അടുത്ത ബന്ധുവിന്റെ നെറികേടിലാണ് സദസ്സിന്റെ നെറ്റിത്തടം ചുളിഞ്ഞത്.

ശ്ശീ... ശ്ശീ... രാധ എന്ന പുത്രിയുടെ ധാവള്യത്തിനു മുമ്പിൽ എന്തിനാടോ തനിക്കീ പാട്ടവിളക്ക്? ഭത്സനം മാത്രമല്ല. ത്ഫൂ... കാർക്കിച്ചൊരു തുപ്പ്. പിഞ്ചുബാലികയായ കാർത്തികക്കു നേരെയായിരുന്നാ അരുതായ്ക പ്രവർത്തിച്ചത്.

വിമതരോട് സഹകരിക്കുന്ന വേറെയും ബന്ധുക്കളുടെ ഇറങ്ങിപോക്കിന്റെ ചലനങ്ങൾ കാണാം...

മുത്തശ്ശിക്ക് അരികു പറ്റി നിന്ന ബാലിക കടന്നുപോകുന്നവരെ നോക്കി ഭയന്ന് ചൂളി.

അവിടേക്ക് ആനയിച്ച ചെറുപ്പക്കാരനെ വൃദ്ധ ദയനീയമായ് നോക്കി...

അയ്യോ പോകരുതേ. പിന്നാലെ എത്തി ചാതിക്കാരം പറയാൻ ഒരാൾ.

ഒന്നു പോടോ കടന്ന്, ഇതൊക്കെ അന്തസ്സുള്ളവരുടെ കുടുംബകാര്യം. മദ്ധ്യസ്ഥം പിടിക്കാൻ ചെന്നവനെ തൂണവൽക്കരിച്ചാണവരുടെ പടിയിറക്കം.

കൂടിയ അന്തസ്സുള്ളവർ പോവട്ടേന്ന് - ഓടി ജയിക്കാത്തവർക്ക് നൽകേണ്ട സമ്മാനം താഴെ ഇറക്കി വയ്ക്കണം. താങ്കളിങ്ങ് പോര്. അവരെല്ലാം സ്വന്തം കാലിൽ നിന്ന് പഠിച്ചിട്ടുവരും. കാത്തിരിക്കാം നമുക്കവരെ

ഇമ്പിച്ചി തുടർന്നു കൊള്ളുക, നാട് അറിയേണ്ട കുഞ്ഞു കുഞ്ഞു കാര്യങ്ങൾ നാം മൂടിവെയ്ക്കുന്നില്ല. അതാണല്ലൊ നമ്മുടെ ഗ്രാമ വ്യവസ്ഥ.

മൂർച്ഛയിൽ സംസാരിക്കുന്ന ബന്ധു ഇറങ്ങിപോക്കുകാരേക്കാൾ ശക്തനാണെന്ന് ഒരുവേള തോന്നി. മുമ്പിലത്തെ കുടപ്പനതലപ്പിൽ തട്ടിയ കാറ്റുപോലായിരുന്നാ കാരണവന്റെ കുറച്ചുനേരത്തെ രൗദ്രഭാവങ്ങൾ...

യോജിപ്പും വിയോജിപ്പും നമ്മൾ കുടുംബത്തിന്റേതാണ്. പ്രശ്നം പൊതുജനങ്ങളുടേതാകുമ്പോൾ പരസ്യമായി വേണം അതൊക്കെ വെളിപ്പെടുത്താൻ! ആരും ഇതിൽ ക്ഷുഭിതരാവുന്നതിൽ അർത്ഥമില്ല.

ഇമ്പിച്ചി തുടർന്നു:

ഏതു ജനയിതാവിനും ആവശ്യമെങ്കിൽ കുറച്ചു കാലമൊക്കെ എവിടെയെങ്കിലും മറഞ്ഞിരിക്കാം. അത് അഭിമാനികളായ പുരുഷന്മാരെ സംബന്ധിച്ചേടത്തോളം സ്വാഭാവികം. പക്ഷെ, സ്ത്രീപക്ഷത്തു നിന്നു സംസാരിക്കുമ്പോൾ നിരാലംബർക്കു വേണ്ടി ഉയർത്തുന്ന നിയമസാധ്യതകൾ എങ്ങിനെയാണ് അസംബന്ധം? അങ്ങനെങ്കിൽ സർവ്വ ഉന്നതർക്കുള്ള നിയമവും കോടതികളും രാജ്യത്ത് മാറ്റി പണിയുന്ന നേരം വിദൂരമല്ല...

ദുഃഖം അണ പൊട്ടിയതിപ്പോൾ പന്തലിട്ട വീടിന്റെ അകത്തളത്തിലാണ്! ഒരു സ്ത്രീയുടെ ആത്മാവിൽ നിന്നുള്ള വിങ്ങിപ്പൊട്ടൽ വെളിയിൽ സന്നിഹിതരായ മാന്യ വ്യക്തികളിൽ അസ്വസ്ഥത പടർത്തിയിരിക്കുന്നു...

ഒരു ഉന്നത വ്യക്തിയുടെ മൃത്യുവിന് പിന്നാലെ എന്തെല്ലാം അസംബന്ധങ്ങളാണീ കുടുംബത്തിൽ സംഭവിച്ചുകൊണ്ടിരിക്കുന്നത്? എല്ലാവർക്കുമുണ്ട് ഈ നിമിഷം അങ്ങനൊരു ശങ്ക മനസ്സിൽ കൂടു കൂട്ടാൻ തുടങ്ങിയിരിക്കുന്നു...

ആത്മാഭിമാനം കെട്ടിയവനു പോലും അടിയറ വെക്കാത്തവളുടെ മനോനിയന്ത്രണം ഈ നിമിഷം കൈവിട്ടുപോയിരുന്നു.

* ഹെഫേസ്റ്റസ്- അഫ്രോഡിറ്റി ദേവി,

യവന ചരിത്രത്തിലെ രണ്ടു കഥാപാത്രങ്ങൾ. ശാരീരികമായി ബന്ധപ്പെടുംതോറും വികാരമെന്ന വിശപ്പേറുന്ന മാനസീകാവസ്ഥയാണീ കഥാപാത്രങ്ങളുടെ പ്രത്യേകത.

ഇമ്പിച്ചിയെ സംബന്ധിച്ചേടത്തോളം നിരാലംബർക്ക് ജീവിക്കാൻ യോഗ്യമായതാവണം സാമാജികത്വവും സാമാജികരും കൈക്കൊ ള്ളേണ്ട തീരുമാനം. ഈ കൂടിയവർക്കിടയിൽ ഒരു പെൺകൊച്ചിന്റെ നിസ്സഹായാവസ്ഥയും, സഹോദരി കേൾപ്പിക്കുന്ന ഉള്ളിൽ തട്ടും വിധത്തിലെ വിങ്ങിപ്പൊട്ടലും- ഒരു ഗ്രാമം തന്നെ തുറിച്ചു നോക്കുകയൊ വിരൽചൂണ്ടുകയൊ ചെയ്യുന്ന അവസ്ഥയിലേക്ക് എത്തിയപ്പോൾ പണ്ടേ ലോലമനസ്സ്കനായ മനുഷ്യൻ വല്ലാതെ പിരിമുറുക്കത്തിലായിരുന്ന പ്പോൾ. മനസ്സ് കാട് കയറുമ്പോൾ വളരെ സാധാരണക്കാരിലേക്ക് കയറി വരുന്ന ആദ്യ ചിന്തയാണ് ഇമ്പിച്ചിയേയും പിടിപെട്ടത്.

തികച്ചും യാദൃശ്ചികമായാണ് അന്ന് ആച്ചുടലയിൽ വെച്ചീ ബാലികയെ താൻ കണ്ടുമുട്ടിയത്. അങ്ങനെ ഒരു കൂടികാഴ്ച നടന്നില്ലാ യിരുന്നെങ്കിൽ കടന്നുപോയ അനേകം ഊളാംപൊട്ടുപോലീ ക്രൂരതയും കാലത്തിന്റെ പട്ടികയിൽ പെടാതെ കടന്നുപോയേനെ...

ഒരു നിമിഷനേരമെങ്കിലും ഈ ഉരുകുന്ന മസ്തിഷ്ക്കം ഇത്തിരി വിശ്രമം കൊതിക്കുന്നുണ്ട്. അതിനാണെങ്കിൽ ഈ അന്തരീക്ഷമല്ല എനിക്ക് ആവശ്യം. അയാളുടെ ദൃഷ്ടികൾ പരിസരം വീക്ഷിച്ചു. ഏതോ മഹാപാപം ചുഴി പോലെ വലംവയ്ക്കുന്ന ഈ കുടുംബ കോലാഹലങ്ങ ളിൽ നിന്ന് മാറി നിന്നേ ഒക്കൂ. എന്നെ ദയവായ് എങ്ങോട്ടെങ്കിലും ഒന്നു മാറിനിൽക്കാൻ അനുവദിക്കുക.

പോയകാലം ഇഷ്ടബന്ധുവിൽ നിന്ന് നേടിയ ആദരം പരിഹാസ മായി പരിണമിച്ച ചുഴിയാണിത്... ഒരു പൂർവ്വ ലോകം തരിപ്പണമായ ഉൽക്കകളാണ് കഷണ്ടി കയറിയ ഈ ശിരസ്സിലേക്ക് പെയ്തിറങ്ങുന്നത്...

സ്വന്തം ചുണ്ടിൽ കടിച്ചമർത്തി ആൾ സദസ്സിൽ നിന്ന് ഒരു ഭാഗ ത്തേക്ക് പരാജിതനായി ഒഴിഞ്ഞുമാറുകയായി. ആ ഒഴിഞ്ഞുപോക്കിൽ അദ്ദേഹത്തിന്റെ കൈപ്പത്തി ഇനിയും നമ്മോടെന്തെല്ലാമോ പരിഭവം പറയുന്നുണ്ടെന്ന് തോന്നി.

ഹ്, ഇഹം വെടിഞ്ഞവർക്ക് എന്തറിയാം, നിങ്ങളെയൊക്കെ ഇവൻ ആദരിക്കാൻ പെടുന്ന പാടുകൾ... ഒരു വ്യക്തിയെ ഹൃദയാ വരിച്ചു കഴിഞ്ഞാൽ അവരുടെയൊക്കെ നോക്കും വാക്കുമായിരുന്നു, ഞാൻ......!ഇപ്പോൾ തോന്നുന്നു, പാടില്ലായിരുന്നു അത്രയൊന്നും. ഒരാൾക്കു ബദൽ ഇവിടെ ഒരാൾ ഇല്ല. ഒരാൾക്ക് ഒരവസരം ഭൂമിയിൽ. അതെ, അതാകുന്നു ഭൂമിയിൽ ഒരാളുടെ വ്യക്തിത്വം...!

കുടുംബം രണ്ടു ചേരികളായി നിരന്ന് ഹൃദയം തുളയ്ക്കുന്ന നിന്ദ്യഭാഷ്യം പുലമ്പുന്നത് ഇപ്പുറം വ്യക്തമായ് കേൾക്കാം ഇമ്പിച്ചിക്ക്.

ഒരു വ്യക്തിക്ക് അരുതാത്തത് കേൾക്കാതിരിക്കാൻ എത്രനേരം കാതടച്ചു നിൽക്കുക സാധ്യമാണ്?

തന്നെകുറിച്ചുള്ള ഏറ്റവും നിന്ദ്യമായ ഭാഷ കേൾക്കുകയാണ് ഇമ്പിച്ചി.

"കൊണ്ടുവാടാ ബോധമില്ലാതെ ജീവിക്കുന്ന അങ്ങേർക്ക് ഭ്രാന്തി ല്ലെന്ന തെളിവുകളുടെ കുറിപ്പടി."

ഉറ്റവർ വേർപിരിയുന്നതേക്കാൾ കടുത്ത മുറവിളിയാണ് ഉറ്റവരെ മുമ്പിൽ വെച്ച് മറ്റൊരാൾ നിന്ദിക്കുമ്പോൾ അനുഭവപ്പെടുന്ന ആന്തരീക വേദന.

മുത്തച്ഛനെ ദൈവതുല്യം സ്നേഹിക്കുന്ന കൊച്ചുമകന് ഇവിടമായി രുന്നു സഭയിൽ സംസാരിക്കാൻ ലഭിച്ച സന്ദർഭം.

അഭിമന്യു പൊട്ടിത്തെറിച്ചു: സൂക്ഷിച്ചു വേണം സഭയിൽ അസംബന്ധം വിളമ്പാൻ. മനുഷ്യധമനികളിൽ സൂക്ഷിക്കുന്ന കരിമരു ന്നിന് തീ പിടിക്കാൻ ഒരു ചെറു മിന്നൽ മതിയല്ലൊ..

ഉന്നതർക്ക് പ്രായമായാൽ എന്തും വിളിച്ചു കൂവാം, എന്ന ഭാവം ഒരു സഭയിലും നടപ്പില്ല അങ്ങനെ സംഭവിക്കുന്നങ്കിൽ അതു ഭ്രാന്തിന്റെ ലക്ഷണമാണ്. ഭ്രാന്തും ദുരമൂത്ത ആഢ്യവർഗ്ഗവും ഭൂമിയിൽ ഒടുങ്ങിയിട്ടില്ല. ഈ ഗ്രാമത്തേയും സമൂഹത്തെയും മലിനമാക്കുകയാണ് താങ്കളുടെ രോഗം!

ഇത്രയും രോഷം കൊച്ചുമകനിൽ നിന്ന് ഉയർന്ന് കേട്ടപ്പോൾ ഇമ്പിച്ചിക്ക് പിന്നെ അവിടെ നിൽപ്പ് ഉറച്ചില്ല.

അന്തരീക്ഷം മാറിമറിഞ്ഞപ്പോൾ കാരണവരുടെ സ്വഭാവം അറിയുന്ന എച്ചൂട്ടിയും ശാരദയും ഗോമതിയും സദസ്സിലേക്ക് ഇറങ്ങി കഴിഞ്ഞിരുന്നു. അവർ അഭിമന്യുവിന് ഇടംവലം നില ഉറപ്പിച്ചു കഴിഞ്ഞു. 'എന്റെ മുത്തച്ഛനെ നിശ്ശബ്ദനാക്കാൻ ശ്രമിച്ചാൽ നിങ്ങളെ സമ്പന്ന മാക്കിയ ആ കാണുന്ന മലകളായിരിക്കില്ല താഴോട്ടിറങ്ങിവരുന്നത്. ഇവനായിരിക്കും താങ്കളുടെ ആജന്മശത്രു!

പയ്യനെ തൃണവൽക്കരിക്കുകയാണിപ്പോൾ കുപിതനായ കാരണവർ. ങ്ഹും... അമാവാസി ദിനം നോക്കി ഞാനൂൽ ഫണം പൊക്കി, അല്ലേടാ... കാണിക്കാം തന്നെ ഞാൻ.... അയാൾ മുന്നോട്ട് അടുത്തു.

ആ ശുദ്ധനായ വ്യക്തിയെ ഇതിനു മുമ്പും താങ്കൾ പാപപങ്കിലമായ ഉയരം കയറ്റി അപായപെടുത്താൻ ശ്രമിച്ചിട്ടുണ്ട്...! വളരെ ഗൂഢമായി രുന്നാ കുടുംബപദ്ധതി. അന്ന് അദ്ദേഹത്തിന്റെ ജീവിതത്തിൽ നിന്ന് വെട്ടിമാറ്റാൻ ശ്രമിച്ച '88' എന്ന മഹാനിധിക്ക് വേണ്ടിയായിരുന്നു രഹസ്യമായ് സംഘടിപ്പിച്ച പോര്! ആ നിധി കൈവശമുള്ളവനെ താങ്കൾ ഇന്നും പിൻതുടരുന്നു എന്ന് വ്യക്തം...

കൊടിയഭ്രാന്തുള്ളവൻ ആരാണെന്ന് പൊതുജനങ്ങളെ ആ കുറിപ്പടി കാട്ടി ഞാൻ ബോധ്യപ്പെടുത്താം.

'88' എന്ന് ഡോക്ടർ സഭ്യമായ കാഴ്ചപ്പാടിൽ വിശേഷിപ്പിച്ച മാനവും

മൂല്യവും വ്യത്യസ്ഥമാണ്. അതിന്റെ തെറ്റായ വ്യാഖ്യാനമാകുന്നു ഇപ്പോഴും ഇദ്ദേഹത്തിന്റെ വികടമായ നാക്കിന്റെ ശ്രമം. കാഴ്ചയിൽ ഒരേ രൂപവും അർത്ഥവും സമ്മേളിച്ച രണ്ടു സ്ത്രീകളുമൊത്ത് സമ്പന്നനല്ലാത്ത ഒരു വ്യക്തിക്ക് ഇന്നലത്തെ സമൂഹത്തിൽ സ്ഥാനം നിഷേധ്യമായിരുന്നു. ഇങ്ങേർ കെട്ടിപ്പൊക്കുന്ന എല്ലാ വാദങ്ങളുടേയും ചതഞ്ഞ കഴമ്പ് ഇത്രയെ ഉള്ളൂ. ഇതിന്റെ നാമം ഭ്രാന്താണോ എന്ന് അത് അനുഭവിച്ചറിഞ്ഞ മനുഷ്യനിൽ നിന്ന് നമുക്കു കേൾക്കാം...

സഭയിൽ നിന്ന് ഇറങ്ങിപ്പോയ ഇമ്പിച്ചി ജ്വലിക്കുന്ന സിംഹതൃഷ്ണ യുമായി സഭയിലേക്ക് തിരിച്ചെത്തിയിരുന്നു.

ഇമ്പിച്ചി തുടർന്നു: ഭൂമിയിൽ മനുഷ്യ പുത്രനായ് ജനിച്ച് അനവധി കാരണങ്ങളാൽ ഭ്രാന്തായവരുടേതത്രേ ഈ സമൂഹം! ഭ്രാന്ത് മാറി മനു ഷ്യരായാലും സാമൂഹിക ഭ്രമത്തെ ജയിക്കാത്ത ഒരുലോകമാണിന്ന് നാം...!

ക്ഷമിക്കണം സുഹൃത്തുക്കളെ, ബഹളമുഖത്തു നിന്ന്മാറി ഞാനല്പം വികാരഭരിതനായി സ്വന്തം കിളിക്കൂട്ടിലേക്കൊന്ന് കണ്ണോടിച്ചുപോയി! പ്രായം ഏറെയായെങ്കിലും ഞാൻ നിങ്ങൾക്കു മുമ്പിൽ ആരാണെന്ന് അറിയേണ്ടതുണ്ടായിരുന്നു എനിക്ക്. ഇപ്പോൾ തോന്നിതുടങ്ങി, കുറേ കാലം മുമ്പ് തുടരേണ്ട കർമ്മമായിരുന്നു ഞാൻ വൈകി പ്രവർത്തിച്ചതെ ന്ന്. അപേക്ഷയാണ്. താങ്കളും പ്രായം ഏറുംമുമ്പേ സ്വന്തം കിളിക്കൂട്ടിലേ ക്കൊന്നു കണ്ണോടിച്ചു നോക്കുക നന്നായിരിക്കും. അവിടെ ഏതെങ്കിലും നിങ്ങളുടേതായ ഒരു ഭ്രാന്തിനെ കണ്ടെത്തിയില്ലെങ്കിൽ ആധുനീക കാലഘട്ടത്തിലെ ജനങ്ങൾ ഉറക്കെ തീരുമാനിക്കും നിങ്ങളുടെ രോഗം ഇതാണെന്ന്...

എന്റെ രോഗം ഡോക്ടർ നേരത്തെ തീരുമാനിച്ചതായിരുന്നെങ്കിലും സന്ദർഭങ്ങൾ സ്വയം ഭേദപ്പെടുത്തുന്ന ചില രോഗങ്ങളെ കുറിച്ചു നാം തിരിച്ചറിയണം..!

ഇപ്പോൾ അനാവശ്യ ഭാരം ഏറെകാലം വഹിച്ചുകൊണ്ടിരുന്ന ഞാൻ രോഗമുക്തനാണ്.

ഒരു ചെറു കുരുവിയായ് പറന്നുയരാൻ നിങ്ങളെപ്പോലെ എനിക്കും ഒരു ആകാശം ലഭിച്ചുകഴിഞ്ഞു. എന്റെ നീലാംബരം ഒരു പ്രണയസ ന്ദേശം കൂടി കൈമാറിയിരിക്കുന്ന സൗഭാഗ്യവാനാണിന്ന് ഞാൻ. അത് മറ്റൊന്നുമല്ല. ഒന്നും മറയ്ക്കാനില്ല നാം മനുഷ്യരാശിക്ക് ഇവിടെ - മറയ്ക്കും തോറും സങ്കീർണ്ണമാവുകയാണീ ലോകം...

സ്വന്തം ഹൃദയംകൊണ്ടു തുറക്കാവുന്ന അനേകം വാതിലുകൾ ഉള്ള ഒരു സ്വർഗ്ഗമാകുന്നു നാം ഓരോ വ്യക്തികളും...! മരണാനന്തര സ്വർഗ്ഗ മെന്ന വിശ്വാസം മൂഢമാണ്.

ഞാൻ തുറന്ന വാതിലിൽ നിന്ന് ആദ്യം ലഭിച്ച അറിവായിരുന്നു ഈ ഭാഷ്യം.

നമ്മളിലേക്കൊന്ന് ശ്രദ്ധിച്ചു നോക്കെന്റെ പൊന്നിമ്പിച്ചി, നാം പ്രണയം കൊണ്ടൊന്നും നേടിയില്ലെങ്കിലും കിളുന്നു പ്രായത്തിലേ തുടങ്ങിയ നമ്മുടെ പവിത്രമായ ബന്ധത്തിന് ഒരു അർത്ഥമുണ്ടായി രിക്കുന്നു. നാം പാലിച്ചുപോന്ന ശാരീരിക അകലത്തിൽ നിന്നും ഒരു ഭംഗിയുള്ള ചിത്രശലഭം പിറന്നിരിക്കുന്നു...! കാർത്തികയുടെ ചുമലിൽ വാത്സല്യത്തോടെ കൈവെച്ചായിരുന്നത് സഭയെ കേൾപ്പിച്ചത്. അവഗണനയിൽ ആണ്ട ഒരു പ്രണയലോകത്തിന് ലഭിച്ച ഏറ്റവും മികച്ച അംഗീകരാമാകുന്നു വൈകിയാണെങ്കിലും ഈ ലഭിച്ചിരിക്കുന്ന കറുത്ത ചിത്രശലഭം...!

ഇന്നലെ മൺമറഞ്ഞവരും നമ്മുടെ പ്രിയപ്പെട്ടവരും മിനിഞ്ഞാന്ന് യുവാക്കളും ഇവിടത്തെ സുന്ദരന്മാരും സുന്ദരികളുമൊക്കെയായിരുന്നു... അതേക്കാൾ ഉപരി അന്തസ്സും അഭിമാനമുള്ളവരും... ഇനി ഇല്ലാത്ത അവരുടെയൊക്കെ നേരംപോക്കുകൾക്കു നേരെ മുഖം തിരിക്കലോ കാതടയ്ക്കലോ നാം അനുഷ്ഠിക്കേണ്ട തുടർ സംസ്കാരം എന്ന് നിങ്ങൾ ചിന്തിച്ചു തീരുമാനിക്കുക. ഞാൻ ഏത് ഇനം ജീവിയാണെന്ന തീരുമാനം ഇപ്പോൾ നിങ്ങളുടെ സ്വാതന്ത്ര്യമാണ്... ജീവിതം തുടരേണ്ടത് എന്റെ ആവശ്യവും...

കഥ മനസ്സിലായവർ ഈ സമയം ഇമ്പിച്ചിക്കു നേരെ ശിരസ്സു നമിച്ചിരുന്നു.

ഗോമതിയാണ് നല്ല നേരം പാഴാക്കാതെ സർവ്വരേയും അത്ഭുത പ്പെടുത്തിക്കളഞ്ഞത്. അവൾ കാർത്തികയെന്ന ശലഭത്തെ എതിരേ ൽക്കാൻ നിറദീപം തെളിയിച്ചു കഴിഞ്ഞു.

ഇമ്പിച്ചി പറഞ്ഞു. അമ്മക്കും കയറി വരാം ഈ നാടിന്റെ പുതിയ വെട്ടത്തിലേക്ക്...

സ്ത്രീ മടിച്ചു നിന്നു. ശാരദയാണ് കൈനീട്ടി വൃദ്ധയെ വരാന്തയിലേക്ക് എതിരേറ്റത്. ഈ സമയം എവിടെയൊ ദുഷ്ടലാക്കിൽ മറഞ്ഞു നിന്ന മലങ്കാറ്റ് ഗോമതി തെളിയിച്ച നിറദീപമണച്ച് ആകാശം ഉയർന്നു!

'ഹൗ, എന്താണാവോ ഈ കുടുംബത്തെ ചുറ്റിക്കൊണ്ടിരിക്കുന്ന ദുർനിമിത്തങ്ങളുടെ സാരം?.'

മലയോളം അഭിമാനം സൂക്ഷിക്കുന്നവർക്കുള്ളതാണീ മുന്നറിയി പ്പ്. ഇവിടെ ഒരു ഉരുൾപൊട്ടൽ ഉടൻ സംഭവ്യമാണ്, അത്രതന്നെ... പന്തലിൽ മാറ് വിരിച്ചിരുന്ന നന്ദനൻ വൈശ്യരുടേതായിരുന്നാ ഭീഷണി.

അദ്ധ്യായം-14

അടിയന്തിരത്തിന് ഉയർത്തപ്പെട്ട പന്തൽ പൊളിച്ചു മാറ്റിയിരുന്നു. യശസ്സ് ഏറെ ഉയർത്തിയ മുതിർന്നവർ ഇനി കുറച്ചുമാത്രം. അവരാണെങ്കിൽ പോവാൻ ധൃതിവയ്ക്കുന്നു...

അന്ന് മധ്യാഹ്നവേളയിലായിരുന്നു നന്ദനൻ വൈശ്യരുടെ ആഗമനം. രാവുണ്ണ്യേട്ടന്റെ ചില്ലിട്ട ഒരു ചിത്രമുണ്ടായിരുന്നു അയാളുടെ കയ്യിൽ.

മനുഷ്യർ പടമാകുന്നതുപോലെ ഓരോ വലിയ തറവാടുകളും ചിത്രമാകുന്ന തേങ്ങൽ ഇമ്പിച്ചിയിൽ അനുഭവപ്പെടാൻ തുടങ്ങി.

ഗോമതി മുത്തച്ഛന്റെ കൈ പിടിച്ച് ചുമരിൽ കയറിയ പുതിയ ചിത്രത്തിനു മുമ്പിൽ വന്നു നിന്നു. മുത്തച്ഛന്റെ ഇടംവലക്കാരായ കൊമ്പൻമീശക്കാരേയും പൊട്ടു കുത്തിയ കോട്ടുധാരികളേയും തലപ്പാവുകാരെയുമൊന്നും പരിചയമില്ലവൾക്ക്... ഇന്നത്തെ ഓരോ ചെറുപ്പക്കാരനും ചെറുപ്പക്കാരിയും കുടുംബത്തിലാണ് പൊറുതിയെങ്കിലും സ്വന്തം വീട്ടിൽ ഒരു അതിഥിമനോഭാവം വഹിക്കുന്നവരാണിവർ.....! ജീവിതചര്യയിൽ........!പുതിയ തലമുറയ്ക്കുണ്ടോ ഭൂതകാലം കൈമാറിയ ആഭിജാത്യ കോയ്മയും, കുടുംബപാരമ്പര്യവും കാണുക സാധ്യമാകുന്നു. എല്ലാം ഒരു ചിത്ര കൗതുകം മാത്രം.

മൂകമാം ഛായാചിത്രങ്ങളിൽ നിന്നു കാഴ്ച പിൻതിരിയവെ ഒരു മറുലോകമന്ത്രണം കേൾക്കുകയായി ഇമ്പിച്ചി.

'എന്റെ ഇമ്പിച്ചീ, നീ സുഹൃത്താണൊ, അല്ലെങ്കിൽ ബന്ധുവായി കുടുംബത്തിൽ എത്തപ്പെട്ട ദൈവദൂതനോ?

ഒരു സ്യാലൻ കുടുംബത്തിന്റെ പർവ്വതമായത് അസാധാരണം?!

ബന്ധങ്ങൾ ആലിംഗനം കൊണ്ടും ചില സാഹചര്യങ്ങളിൽ കണ്ണീർ കൊണ്ടും പ്രകടമാവാം. പക്ഷെ എന്തുകൊണ്ടൊ അറിയാതൊന്നാ ചുമരിന് അപ്പുറെയുള്ള ശൂന്യാകാശം വരെ ഈ മനസ്സ് നോട്ടമയച്ചു പോയി...

സ്നേഹം എന്ന പദത്തിന് അർത്ഥം ഇങ്ങനേയും ഉണ്ട് സഹോദരാ.

നമ്മളിൽ ജീവൻ തുടിക്കും കാലം വരെ അനുബന്ധങ്ങളിൽ ഓർമ്മകൾ തങ്ങി നിൽക്കണം എന്നല്ല ഇതിനൊന്നും സാരം നൽകേണ്ടത്. ഈ ലോകം പുലർന്നുകൊണ്ടിരിക്കുന്ന ഓരോ നിമിഷങ്ങൾക്കും സ്വരം വ്യത്യസ്ഥമാണ്.

അവയ്ക്ക് ദൈർഘ്യം ഏറുമ്പോഴാണ് കഥ. അല്ലെങ്കിൽ ചരിത്രം. താങ്കളെ കുറിച്ചുള്ള എന്റെ സ്മരണ അർഹതയുള്ളേടം മാത്രം വെളിപ്പെടുത്താനുള്ളതായിരിക്കും, പോരെ?

പ്രണയ ചാപല്യങ്ങളിലൂടെ ക്ഷതമേൽക്കാത്തവർ ഇല്ലെടോ ഭൂമിയിൽ... പരിഭവിക്കാതെ താൻ. ഇവിടമാണ് നീ എനിക്ക് വ്യത്യസ്ഥൻ! നമ്മുടെ ഭൂമിക്ക് ചുണ്ടും സ്വരവുമുണ്ട്! അതു ശബ്ദിക്കില്ലെന്ന വിശ്വാസം അതിരു വിടരുത്.... പ്രവർത്തിക്കാൻ എല്ലാറ്റിനുമുണ്ട് ഒരു തക്കനേരം....

അയാളുടെ കണ്ണുകൾ നിറഞ്ഞുതുടങ്ങി. വരാന്തയിലോട്ട് കടന്ന് ജാനകിയുടെ വീട്ടുമേൽക്കൂരയിൽ മിഴി നട്ടിരുന്നു.

ഇവിടത്തെ ശവമടക്കിനു ശേഷം ഇറങ്ങിയതാണ് അദ്ദേഹത്തിന്റെ പ്രിയങ്കരനായിരുന്ന ഒരു വളർത്തുനായ. പതിനാറു വർഷങ്ങൾ ഈ ഇറയം കാത്തവൻ ഇപ്പോൾ ജാനകിയുടെ ഇറയമാണ് ശരണം തേടിയത്. താൻ സേവനം അർപ്പിച്ച കുടുംബത്തിന്റെ പൊയ്മുഖം തിരിച്ചറിഞ്ഞ പോലായിരുന്നാ മൃഗത്തിന്റെ അകൽച്ച...

അനുഭവങ്ങൾ മനുഷ്യരെയും മൃഗങ്ങളെയും ഉരുക്കുഹൃദയരാക്കുന്നു. അവ സാഹചര്യങ്ങളുടെ സമ്മർദ്ദത്താൽ സംഭവിച്ചുപോകുന്ന ഒറ്റപ്പെട്ട സംഭവങ്ങളെന്ന് മറ്റുള്ളവർക്ക് പറഞ്ഞുതള്ളാം. എങ്കിലും സ്വന്തം നിഴൽ ഒളിക്കുന്ന വൃക്ഷമുണ്ടോ ഭൂമിയിൽ? സഹോദരന്റെ ചലനങ്ങൾ ശ്രദ്ധിച്ചുകൊണ്ടിരുന്ന സഹോദരിയിൽ വാക്കുകൾക്ക് അതീതമായ ഒരു ഭയം ഉടലെടുക്കുകയായി... മനുഷ്യർ ഒറ്റപ്പെടുന്ന നിശ്ശബ്ദതയിൽ കയറി വരുന്ന ഏറ്റവും മോശമായതാണീ കാലാവസ്ഥ! ഈ സമയങ്ങളിൽ മനുഷ്യർ കൂടുതൽ നേരം മൗനമായ് സംസാരിക്കും...

കുടുംബത്തിൽ നിലനിൽക്കേണ്ട പദവികൾ ആരുടയും ഔദാര്യമല്ലെന്ന് സമർത്ഥിക്കുകയാണ് ഈ കുടുംബിനിയെങ്കിൽ അത്യുന്നതത്തിൽ നിന്ന് ലഭിക്കുന്ന ഒരു പഴയ കണ്ണാടയുണ്ട് അത് ധരിക്കപ്പെട്ട കുടുംബകുതിരയായി ഇവർ ഓടിക്കൊണ്ടേയിരിക്കും......!

പ്രണയമില്ലാത്തവർക്ക് മലകളിൽ സായൂജ്യമില്ല, ഉണ്ടോ? കയറിച്ചെല്ലാൻ പ്രയാസം നൽകുന്ന കുന്നും മേടുകളും മാത്രം, അല്ലെ നീലി?

കാമിനിയുടെ മടിയിൽ തല ചായ്ച്ച കിടക്കാൻ ഇതുപോലെ സുഖപ്രദം ഭൂമിയിൽ എവിടമാണ് ഉള്ളത്. താൻ അനുഭവിച്ച ഏറ്റവും വലിയ പ്രണയനിർവൃതി സ്മരിക്കുകയായിരുന്നയാൾ. അന്നാ രാവിൽ

പാൽ നിറമുള്ള നക്ഷത്രങ്ങൾ ഏറെയായിരുന്ന മാനത്ത് അലംകൃത മായത്. അടിവാരത്തിൽ വിരിഞ്ഞ കാപ്പിപൂ സുഗന്ധം അമ്പിളിയിൽ മുട്ടിയപ്പോൾ നീലിയുടെ ചുണ്ടുകൾ അറിയാതൊരു ചോദ്യം ഉരുവിട്ടു പോയ് ഇങ്ങോട്ട്.

മനുഷ്യരിലെ തേനീച്ചകൾ ഉയരത്തിൽ അടയിരിക്കും കാലമാണ് പ്രണയകാലം! എന്നാലും എനിക്കു തോന്നുകയാണ് സഖാവെ, മനുഷ്യർക്ക് ഏറ്റവും സ്വാദുള്ള ഇര ദരിദ്രയായ പ്രണയിനിയല്ലെ?

ചോദ്യം ഉൾക്കൊണ്ട ഇമ്പിച്ചിയുടെ ഹൃദയത്തിൽ നിന്നൊരു മിന്നൽചിതറി... നോക്കൂ, വേണ്ടായിരുന്നീ ചോദ്യം. നീ മരിക്കുക സൗന്ദര്യമേ എന്നു പാടിയ വികടകവിയായിരുന്നോ ഞാൻ?. ജീവിതം ഇണചേരൽ എന്ന നേരം പോക്കുകൾക്ക് വേണ്ടി മാത്രമായിരുന്നെങ്കിൽ നമ്മുടെ ആന്തരീക ഭൂമിക്കെന്തിനിത്ര വിശാലതയും ഭൂമിയേക്കാൾ കൂടിയ കറക്കത്തിന്റെ ആവശ്യവുമൊക്കെ....?

അരുത്, എന്റെ അവിവേകം പൊറുക്കണം. അങ്ങു വല്ലാതെ നൊന്തുപോയല്ലൊ - അവൾ അയാളുടെ വാ കൈകൊണ്ട് പൊത്തിപ്പിടിച്ചു.

അങ്ങിനല്ല നീലി. ലോകത്തിൽ അവസാനമില്ലാത്ത വിശപ്പാണ് പ്രണയിനി!... അതു നഷ്ടമായാൽ ഈ ഭൂമി എങ്ങനെ ചലിച്ചാലും പരാതി ഉയരില്ല......!

പരിഭവിക്കുന്ന ഇമ്പിച്ചിയുടെ തുടുത്ത മുഖം നീലി വാരി പുണർന്നു. എന്നിട്ടു പറഞ്ഞു: വിശക്കുന്നവളുടെ തേനറയാകുന്ന മനുഷ്യാ നീ, എന്നോടു ക്ഷമിക്കൂ...

ഇപ്പോൾ അവളുടെ പ്രണയ പാരവശ്യത്തിൽ ഇമ്പിച്ചിയുടെ അധരങ്ങൾ സംസാര സ്വതന്ത്രമല്ല...

സഹോദരിയുടെ വീക്ഷണത്തിൽ നിമിഷങ്ങൾ തോറും ഇരിപ്പിടത്തിൽ ഉറയ്ക്കുകയാണ് സഹോദരൻ. രഹസ്യമായി അവനെ നിരീക്ഷിച്ചുകൊണ്ടിരുന്ന സഹോദരിയുടെ മുഖം വല്ലാതെ ഇരുണ്ടിരുന്നു...

ഇല്ല സഹോദരി, അവഗണിക്കുന്നില്ല ഞാൻ. നിന്റെ അഭിമാനവും ജീവനും കാത്തുസൂക്ഷിക്കേണ്ടവനാണ് ഞാൻ. നീലിയുടെ കാമുകന്റെ പേർ ഇമ്പിച്ചി എന്നു തന്നായിരിക്കും. രാവുണ്ണിയെന്ന് മാറ്റമില്ല!! പക്ഷെ ഈ പ്രണയ മഹാസമുദ്രത്തിലെ മികച്ച നീന്തൽക്കാരിയായ നീലി എങ്ങിനെ മരിച്ചു മറുതയായി എന്നു ഞാൻ അന്വേഷിച്ചറിയും! വിശുദ്ധ രക്തം ചിതറിയേടം മിന്നിക്കൊണ്ടിരിക്കും... കുലടകൾ എത്ര മറ പിടിച്ചാലും അവിടത്തെ അടയാളപ്പെടുത്തൽ മറയ്ക്കുക സാദ്ധ്യമല്ല!

ഞാൻ നിഷ്കാമം നട്ടുവളർത്തിയ വൃക്ഷവരികളെ ശ്രദ്ധിച്ചാൽ ഒരു അച്ചടക്കമുള്ള വളർച്ച മാത്രമല്ല നിങ്ങൾക്കവിടെ കാണ്മാൻ സാധ്യമാവുക. അതിൽ നിന്ന് ഏറെ അകലേക്ക് ഒഴുകിക്കൊണ്ടിരിക്കുന്ന ഒരു

നീലിമയുടെ ധാര കാണാം... അതിൽ ഭൂമിയിൽ നിലവിലുള്ള സർവ്വ സഹോദരിമാരുടെ അന്തസ്സും ഹൃദയവലിപ്പവും എന്നെക്കൊണ്ട് ആവുംവിധം അവിടെ നിക്ഷേപിച്ചിട്ടുണ്ട്! ഭർത്താവിന്റെ സ്വത്തിൽ നിങ്ങളുടെ അധികാരം ഉണ്ട്. പക്ഷെ, നിങ്ങൾ അനുഭവിച്ച യൗവ്വനത്യാഗത്തിന്റെ വിലയല്ലത്! എന്നിട്ടും സമൂഹത്തിൽ അങ്ങോരുടെ മൂടിവെച്ച അസാമാന്യ ദാമ്പത്യവും, ഭാരിച്ച സ്വത്തും നിന്നെ ഈ ഗ്രാമത്തിൽ എട്ടാം അത്ഭുതമാക്കിയിരിക്കുന്നു! അതുകൊണ്ടു മാത്രം ഞാൻ തൃപ്തനല്ല. നീലിയുടെ മരണം എന്നെ ദുഃഖിപ്പിക്കുന്ന സഹോദരീ... ഇന്നല്ലെങ്കിൽ നാളെ ആ സത്യം ലോകം തിരിച്ചറിയും. അത് വലിയ അപരാധമാണ്. കാത്തിരിക്കു, ഞാൻ ആ വിവാദമലയിൽ നിന്ന് ഇപ്പോൾ താഴെ ഇറങ്ങുന്നു.

അദ്ധ്യായം-15

നില്ല്... നില്ല്... വൃദ്ധന്റെ നിർദ്ദേശപ്രകാരം ഓടുന്ന കാർ വഴിയോരത്തിൽ നിർത്തപ്പെട്ടു.

മലങ്കാറ്റ് പശുക്കിടാവായി നടുറോഡിലും തുള്ളിച്ചാടുകയാണ്... .

അദ്ദേഹത്തിന്റെ ഓർമ്മകൾ പിറകിലാണ്.

സ്വന്തം മുത്തച്ഛന്റെ വിയോഗത്തിൽ ഒരു തുള്ളി കണ്ണുനീർ പൊഴിക്കാത്ത നെഗളിച്ചക്കാര്യാ പെണ്ണ്...! കൊച്ചുമകളെക്കുറിച്ച് ഗ്രാമം കുശുകുശുത്തപ്പോൾ ഇമ്പിച്ചിക്ക് നൊന്തിരുന്നു. താൻ തിരിച്ചു പോക്കിന് വീടിറങ്ങവേയാണ് നാട്ടുകാർക്കവൾ വീണ്ടും സംസാരവിഷയമായത്. ഓടി എത്തിയവൾ ഈ ശുഷ്ക്കിച്ച ദേഹത്തെ കെട്ടിപുണരുകയായിരുന്നു ചെയ്തത്. പോവാതെ മുത്തച്ഛാ... എനിക്കിവിടെ ശ്വാസം മുട്ടും - എന്നേയും കൊണ്ടുപോകൂ വീട്ടിലേക്ക്...

അരുത് കുഞ്ഞേ. നിന്റെ ആവശ്യം ശരിയാണ്. പക്ഷേ അല്പംകൂടി ക്ഷമിക്കുക... എല്ലാം ശരിയാകും....

അഴിഞ്ഞുപോയ മുടി വാരിക്കെട്ടി ശാരദ അവിടേക്ക് ഓടിയെത്തി. എന്തെല്ലാം പറയുന്നുണ്ടായിരുന്നെന്നൊ ഈ കൊച്ചിനെ ഒന്ന് അനുനയിപ്പിക്കാൻ. എങ്കിലും ആരു കേൾക്കാൻ. ഓർമ്മവെച്ച നാൾ മുതൽ ഈ വിരൽത്തുമ്പിൽ പിടിച്ചായിരുന്നവൾ പിച്ചവെച്ചു തുടങ്ങിയത്. എതിർപ്പം വിലക്കും മറികടന്ന് വീടിന്റെ പടിവാതിലിന് അരികിലെത്തിയപ്പോൾ ശാരദയുടെ രുദ്രഭാവം വെളിപ്പെട്ടു. ശരിക്കും വിധിക്ക് വിധേയയെന്ന് അറിഞ്ഞവൾ വല്ലാതെ വിങ്ങിപ്പൊട്ടി.

ഞാൻ തോറ്റുപോയിമ്പീ... നമ്മുടെ മുത്തച്ഛൻ അനാഥനാവുന്നു... നീ ബോംബെയിലേക്ക് പോകരുതെന്ന് ഞാൻ എങ്ങിനെ അപേക്ഷിക്കും.....? ബലം പ്രയോഗിച്ചാണ് ശാരദ പിന്നെ അവളെ പിടികൂടിയത്. അടങ്ങെടീ.... അവളുടെ കണ്ണുകളെ ആർക്കു ജയിക്കാനാകും... പിന്നല്ലേ ഈ നരന്ത് പെണ്ണ്...

മലങ്കാറ്റ് അടങ്ങി...

വൃദ്ധൻ കുറ്റ്യാടി പാലത്തിന്റെ കൈവരിയിൽ പിടിച്ചു താഴോട്ടു

നോക്കി. പുഴയുടെ കലങ്ങിയ ഒഴുക്ക് ശക്തമാണ്. തല ഉയർത്തി ചുറ്റവട്ടം വീക്ഷിച്ചു. യാത്ര പിന്നിട്ട മൂന്നു ദിശകളിലും നീലിച്ച മലകളുടെ മുനകൾ കാണാം. ഭൂമിയിൽ പിറന്ന ഏതു മനുഷ്യനാവാം ഇതുപോലുള്ള കുടുംബവേദനകളുമായി ബന്ധപ്പെട്ട യാത്ര താണ്ടാത്തവൻ? മലകൾക്കു പകരം മരുഭൂമിയോ സമുദ്രമോ അല്ലെങ്കിൽ മറ്റെന്തെങ്കിലുമായിരിക്കും ആ ദുഃഖയാത്ര പിന്നിട്ടവന്റെ വഴികളെന്ന് മാത്രം. മനസ്സു നൊന്തു. വീട് ഇറങ്ങും മുമ്പ് സഹോദരി അരികിൽ വരുമെന്ന് പ്രതീക്ഷിച്ചിരുന്നു. എന്നിട്ട് സംഭവിച്ചുപോയ അരുതായ്മകളോട് പൊറുക്കുക സഹോദരാ എന്ന അർത്ഥത്തിൽ ഒറ്റ നോട്ടം മതിയായിരുന്നല്ലോ എനിക്ക്. ഒരു വാക്കുപോലും വേണ്ട - അങ്ങിനൊക്കെ ഇവൻ വെറുതെ ആശിച്ചു പോയി. ഇല്ല. ഹൃദയം ഏറ്റുവാങ്ങിയ അവസാന തിരുമുറിവ്...

കുത്തിഒഴുകുന്ന ജലത്തിലായിരുന്നു വൃദ്ധന്റെ ദൃഷ്ടി.

സമുദ്രത്തിന്റെ അടുത്ത ബന്ധു ഓരോ ജലകണങ്ങളാണെന്നും... അല്ലേ അല്ല, തീരദേശമാണെന്നുമുള്ള മഹാതർക്കം ഭൂമിയിലെ ഈർപ്പം വറ്റുവോളം മനുഷ്യർ തുടരും.......!

ഇമ്പിച്ചിയുടെ കുടുംബചിത്രം ദർശിച്ച ആകാശം ഒന്നു കരയാനുള്ള മുഖം വീർപ്പിച്ചു കഴിഞ്ഞു...

അഭിമന്യു കാർ ഇറങ്ങി മുത്തച്ഛനു് അരികിൽ എത്തി. പൊട്ടിച്ചിരിക്കുന്ന പുഴയുടെ ഓളങ്ങൾ തീരം തലോടുന്നു. ചന്ത ദിവസങ്ങളും ആണ്ടറുതി ദിവസങ്ങളുമൊക്കെ ഗ്രാമത്തിന്റെ തോണിക്കാർക്ക് ധൃതിയേറിയ ദിവസങ്ങളാണ്. കടവുകളിൽ യാത്രക്കാരുടെ തിരക്കു കാണാം. മഴയുടെ ആരവം അറിഞ്ഞപ്പോഴെ പുഴയുടെ ഉത്സാഹം കണ്ടില്ലേ, അടിത്തട്ടിലെ ചെളിഗന്ധം മുകളിലോട്ടുയരുന്നു. അഭിമന്യു മുത്തച്ഛനോട് ചേർന്നു നിന്നു. ഒന്നും ചോദിക്കേണ്ടി വന്നില്ല അവന്. ആ ശുഷ്ക്കിച്ച കരം അവന്റെ ചുമലിൽ വിശ്രമം തുടങ്ങി.

മനുഷ്യശരീരം എത്ര ദുർബലം കുഞ്ഞേ - എങ്കിലും അവന്റെ മനസ്സിന് പുഴയൊഴുക്കും കരുത്ത് നോക്കൂ, എത്ര മികച്ചതാണീ മനുഷ്യ സൃഷ്ടി...

'മുത്തച്ഛനും ഒഴുകുകയാണോ ഇപ്പോൾ?'

അല്ല. ഞാൻ തടയണയ്ക്കുള്ളിലെ സ്ഥൂല ആഴമാണ്.......! വൃദ്ധ ആഴം......!

എന്തുകൊണ്ടോ ശേഷം സംഭാഷണം തുടർന്നില്ല. അപ്പോഴേക്കും ആകാശം ഉടഞ്ഞ പളുങ്കു തുണ്ടുകൾ വെളുത്ത നിറത്തിൽ മണ്ണിൽ ചിതറി തുടങ്ങിയിരുന്നു... മുത്തച്ഛന്റെ നനഞ്ഞ കണ്ണുകൾ കൊച്ചുമകൻ കണ്ടില്ല. പിന്നെ അവർ നിന്നില്ല. കാറിലിരുന്ന് മുത്തച്ഛന്റെ നരച്ച ചെന്നിയിലൂടെ ഒഴുകിയ മഴത്തുള്ളികൾ തുവാലകൊണ്ട് ഒപ്പിയെടുത്തു.

ഒരു യുഗ തൃപ്തിയിലായിരുന്ന സഹോദരിയുടെ അയൽക്കാർ ഇമ്പിച്ചിക്ക് ഏകിയ യാത്രയയപ്പ്. ജാനകി ശരീരം കൊണ്ട് വയ്യെങ്കിലും അവളുടെ വീടിന്റെ പടിവാതിലിലോളം ചെന്ന് അദ്ദേഹത്തിന്റെ പാദങ്ങളിൽ തൊട്ട് വന്ദിച്ചിരുന്നു.

എച്ചൂട്ടി അവളുടെ ചിത്രുളുണിൽ ചാരിയാ കാഴ്ച കാണുന്നുണ്ടായിരുന്നു. ഒരു വേള ഓടി വരുമെന്ന് കരുതി. എത്രയായാലും തന്റെ സഹോദരി അല്ലേ അവൾ? പക്ഷെ ഇല്ല - ഇരുവരുടേയും വദനങ്ങൾ വിതുമ്പി.

ഇമ്പിച്ചി അകലത്തിലോട്ടു നോക്കി പറഞ്ഞു. ഇരുളിനെ വിശ്വസിക്കുകയും സ്നേഹിക്കുകയും ചെയ്യുന്ന മൂന്നാംകിട സൃഷ്ടികളാണ് ഈ ലോകത്തിൽ ജീവിക്കുന്ന കുറേ മനുഷ്യർ!. അവർ എവിടെയുമുണ്ട്. നമുക്ക് ഈ വിധമെങ്കിലും കഴിഞ്ഞു കൂടാൻ സാഹചര്യമേകിയ പ്രകൃതിയോടു നന്ദി പറയൂ ജാനകീ. മികച്ച പരിഷ്കാരം കടന്നുപോകുന്ന ഓരോ തലമുറക്കും മുമ്പിലാണ്. അവ ഒരിക്കലും കടന്നുവന്ന വഴിയായ ഇന്നലെയെ ലജ്ജിപ്പിക്കുന്നില്ല...

ജാനകിയുടെ കണ്ണുകൾ നിറഞ്ഞൊഴുകി.

-കണ്ടുമുട്ടാൻ യോഗമുണ്ടെങ്കിൽ ഇനിയും... ഇമ്പിച്ചിയുടെ വാക്കുകൾ തപ്പി തടഞ്ഞു.

നാം ഇനിയും കണ്ടുമുട്ടും...! ജാനകി ഏതാണ്ട് സ്ഫുടസ്വരത്തിൽ പറഞ്ഞു തുടങ്ങിയതായിരുന്നു. നോക്കൂ, വീടിന്റെ വടക്കു വശം ചൂണ്ടുവാനെ അവൾക്കായുള്ളൂ. അപ്പോഴേക്കും ഉള്ളിൽ നിറഞ്ഞ ഏതോ ചേതോവികാരം വാചകം പൂർത്തീകരിക്കാൻ തടസ്സം നിന്നു. പരിസരം മറന്ന് വിങ്ങിപ്പൊട്ടുകയായിരുന്നവൾ.

അവിടേക്കു കൈകൂപ്പി യാത്രയാകൂ...

വേരുമുതൽ ശിഖരങ്ങളിലെങ്ങും കായ്ച്ചിരിക്കയായിരുന്നൊരു പ്ലാവ് വൃക്ഷം.....!

ഇമ്പിച്ചി പ്ലാവിനോടു പുഞ്ചിരി തൂകവെ ജാനകിയുടെ കണ്ണുകൾ അർദ്ധ നിലീമമായി എന്തിനൊ കൂമ്പിയടഞ്ഞു...

കൈപുണ്യമുള്ള കർഷകൻ നട്ടുവളർത്തിയ വൃക്ഷങ്ങളുടെ ബാവുൽ ഗീതം രണ്ടു ദുഃഖ ഹൃദയങ്ങൾക്കും വ്യക്തമായ് കേൾക്കാം... ജീവിതത്തിൽ ആദ്യമായ് താൻ ഉപ്പും മധുരവും കലർന്ന പ്രസാദം ഒരു പുരുഷന്റെ ഹൃദയത്തിൽ സമർപ്പിച്ചിരിക്കുന്നു...!

വൃദ്ധൻ ഗിരിദേവിയെ പ്രണമിച്ചു കാറിൽ കയറി.

എന്റെ മനുഷ്യാ, നീ ദയവു ചെയ്ത് പിൻനോട്ടം അവസാനിപ്പിക്കൂ...

ചാറൽ മഴ ശമിച്ചു. കാറിന്റെ സൈഡ് ഡോർ ഉയർത്തി. കുറ്റ്യാടിയുടെ ആകാശം എക്കാലവും പരിശുദ്ധമായ പഞ്ഞി വൃക്ഷം

ഉത്പാദിപ്പിക്കുന്ന ഒരു ഏദൻ തോട്ടമാണെന്ന് ഹൃദയത്തിൽ കുറിച്ചിട്ട്... മലകളെ നോക്കി ആ കണ്ണുകൾ വീണ്ടും ശുഭാപ്തിവിശ്വാസത്തോടെ നന്മകൾക്കായി ആരതി ഉഴിഞ്ഞു.

ഭൂമിയിലെ സർവ്വ വൃക്ഷലതാദികൾക്കും ജലവും ബലവും ദീർഘായുസ്സുമേകട്ടെ ഈ പ്രകൃതി...

ഇമ്പിച്ചിയെന്ന സ്വരൂപം പ്രണയാഗ്നിയിൽ തിളയ്ക്കാൻ തുടങ്ങിയിട്ട് നാഴികകളോളമായിരുന്നു. തിളയ്ക്കുന്ന വെള്ളോട് അച്ചിൽ രൂപമാവും തോറും ചൂട് കുറഞ്ഞു വരുന്നതായി അനുഭവപ്പെടുന്നുണ്ടായിരുന്നയാൾക്ക്...

ഇടിയാത്ത ഉയരവും ശോഷിക്കാത്ത ശതധാര ഉറവയുമാണ് പ്രണയ പുരുഷൻ...!

വരൂ എന്റെ കൂട്ടുകാരായ നിങ്ങൾ ഏവരും.

എന്റെ പൊന്നു സഹ്യാ, പോകുന്നടാ ഞാൻ. കാത്തോണം നിന്റെ മണ്ണിനേകിയ എന്റെ അരുമ കുഞ്ഞുങ്ങളെയെല്ലാം.

ഇമ്പിച്ചിക്ക് മങ്ങാത്ത വെളിച്ചമായിരുന്നു അന്തിമ ശ്വാസം വരെ ഈ ലോകത്തോടുള്ള പ്രണയം.....!

കുശവൻ കുന്ന് ഈ എളിയവന്റെ ആദ്യ പ്രണയ ഉയരമായിരുന്നു!!.. ശിവാനിയതാ ആ ഉയരം ഇറങ്ങി എന്റെ അരികിലേക്ക് എത്തുന്നു...

അത്യാഹ്ലാദകരമായ ആ കാഴ്ചക്ക മുമ്പിൽ എത്ര നേരമാ ഹൃദയം തുള്ളിത്തുടിച്ചെന്ന് ആർക്കറിയാം. ഇപ്പോൾ ആ പ്രണയജ്വാല പൊടുന്നനെ നിശ്ചലമാണ്!!

മരിക്കാത്ത ഭാവമേയുള്ളൂ രൂപത്തിന്. അദ്ദേഹത്തെ നിങ്ങൾ ഉണർത്താതിരിക്കുക.

പ്രണയിച്ചവർ വീഴ്ത്തിയ കണ്ണുനീരിൽ നിന്നാണ് ചില കൊടുമുടികൾ തല ഉയർത്തി നിൽക്കുന്നത്! അവിടത്തെ മഞ്ഞ് ഉരുകരുത്. നമുക്ക് ഉയരങ്ങളിലോട്ടു കൈകൂപ്പാം... ഇമ്പിച്ചിയുടെ നിലച്ചുപോയ ശരീരം വഹിക്കുന്ന ആ കാർ ഇപ്പോൾ മെല്ലെ മെല്ലെ കുശവൻ കുന്നിന്റെ അടിവാരത്തിൽ അപ്രത്യക്ഷമാണ്.

ഭാഗം - 2

അദ്ധ്യായം-1

ധാരാളം മലകളും കൈവഴികളായ് ഒഴുകുന്ന ഒരു പുഴയുമുള്ള ഗ്രാമം വർണ്ണനയേക്കാൾ കാമ്യം ദൃശ്യ അനുഭാവ്യമാണ്.

അങ്ങനെയുള്ള കുറ്റ്യാടി ഗ്രാമം കർക്കിടക ബുക്കിന്റെ ലഹരിയിൽ മുഴുകിയ ഒരു സന്ധ്യ! പഴമക്കാർ പുല്ലുപായയിൽ ചമ്രം പടിഞ്ഞിരുന്ന് തെളിയിച്ച നിലവിളക്കിനു മുമ്പിൽ ഒരു നിമിഷം കണ്ണടച്ച് പ്രകൃതിയെ കേൾക്കുന്നു. പിന്നീടാണ് വർഷത്തിൽ ഒരു മാസക്കാലം തുടരുന്ന രാമായണ പാരായണത്തിന്റെ ഭക്തി സാന്ദ്രമായ തുടക്കം.

എന്റെ രാമാ വല്ല തെറ്റുകളും മനസ്സാ വാചാ ഞങ്ങളിൽ നിന്ന് സംഭവിച്ചു പോയിട്ടുണ്ടെങ്കിൽ ക്ഷമിക്കണം, പഴക്കം കൂടിയ മഹാഗ്രന്ഥത്തിൽ തൊട്ടുവണങ്ങി ഗ്രാമീണൻ പാക്കരനോടു പറഞ്ഞു,

എളുപ്പം തിരുച്ചു വര്വാ.

വരാം.

മീൻവേട്ട തുടങ്ങിയാൽ സമയബോധമില്ലാത്തവനായിരുന്നു മകൻ പാക്കരൻ. നനഞ്ഞ വലയുമായി തിരികെ വരുമ്പോൾ തണുത്തു വിറയ്ക്കുന്നുണ്ടായിരുന്നവൻ. തമ്പ്രാൻ പാദവേദനയുമായി പിറകിൽ വലിഞ്ഞു നടന്നു. കണ്ണുകളിൽ ഉറക്കൊഴിപ്പിന്റെ പുളിപ്പെത്തിയിരുന്നു രണ്ടു പേർക്കും. ആസ്വദിച്ച് ചെയ്യുന്ന പ്രവർത്തി ആകുമ്പോൾ രാവൊഴുക്ക് ആരറിയാൻ...

മലഞ്ചെരുവിറങ്ങിയ സൂര്യരശ്മികളിൽ എന്തുകൊണ്ടോ അന്ന് വിഷാദം കലർന്നിരുന്നു. വെളിച്ചം ആവൃതം ചെയ്ത ഉയരങ്ങളിൽ പതിവില്ലാത്ത തെളിച്ചക്കുറവു കാണാം ഉയരം ഇറങ്ങുന്ന നീർച്ചാലുകളിൽ ബാല സൂര്യൻ വിരൽ തൊടുന്നു. പക്ഷേ, ശിശുകിലുക്കമുയരാത്ത ഒരു പ്രഭാതം.

പാക്കരോ, തമ്പ്രാൻ വിളിച്ചു: പാക്കരൻ നിന്നു.

നീ ചെല്ല്. പിറകെ എത്താം ഞാൻ. സംഭരിച്ച മത്സ്യം കൈമാറി.

ഓ.....! - മേടപ്പറമ്പിൽ നന്ദനൻ വൈശ്യർ നാട്ടിൽ പ്രമാണിയാണ്. അയാളുടെ വീട്ടുമുറ്റത്താണ് പതിവു തെറ്റി ആൾക്കൂട്ടം കാണപ്പെട്ടത്. അന്വേഷിച്ചേക്കാം. ബാല്യം മുതൽ കൂട്ടുകാരാണവർ. അൽപം ദൂരെ നിന്നേ, ചാവുഗന്ധം ലഭിച്ചു.

ആത്മഹത്യയായിരുന്നത്രെ! മരിച്ച വ്യക്തി ദൈവതുല്യനാണെങ്കിലും ഈ വക കേസുകൾക്ക് ഇപ്പോൾ സമൂഹ മനസ്സിൽ സ്ഥാനമില്ല... പ്രകൃതിവിരുദ്ധ ലൈംഗിക കേസുപോലെ മൃത്യ എന്ന സത്യവും തരം താണിരിക്കുന്നു!

തന്റെ അന്ത്യവിശ്രമം ഇവിടെ - അയാൾ തന്റെ അടക്കസ്ഥലം ബന്ധുക്കളെ നേരത്തെ അറിയിച്ചിരുന്നു! നാട്ടുകൂട്ടം മേടപ്പറമ്പിൽ പല കോണുകളിലായി ഇരുന്നും നിന്നും ചാക്കാല ചർച്ചകളിൽ മുഴുകിയിരിപ്പാണ്...

വിരിയാത്ത ഏതാനും മുല്ലമൊട്ടുകൾ ഏറെ ഉയരത്തിൽ നിന്നായിരുന്നാ വിരുതൻ നുള്ളി എടുത്ത് ഹൃദയത്തിൽ നിക്ഷേപിച്ചത്. അതു വിരിയാനുള്ള സാവകാശം മാത്രം പ്രകൃതി അനുവദിച്ചില്ല. ഭൂമിയിൽ വിരിയുന്ന ഓരോ പുഷ്പ ങ്ങൾക്കും ദൈവീകമായ മുൻ നിയമനിശ്ചയങ്ങളുണ്ടാകാം അല്ലേ?... ചാക്കാല ചർച്ചയിൽ പങ്കെടുത്തവർ ഇത്തരം പല ചോദ്യങ്ങൾ ചോദിച്ചുകൊണ്ടാണ് ചർച്ച സമ്പന്നമാക്കിയത്.

ദിവസത്തിൽ പലവട്ടം വെള്ളിമേഘങ്ങൾ പൂത്തുചിതറികൊണ്ടിരുന്ന കുറ്റ്യാടി ഗിരിശൃംഗത്തിന്റെ താഴ്വരയിൽ ഹൃദയത്തിൽ കൈ ചായ്ച്ചു വെച്ച് ആറടി മണ്ണിൽ വൈശ്യർ അമർന്നു കിടന്നു! ചുമ്മാ മരിച്ച കിടപ്പല്ല ഈ കാണുന്നത്. തന്റെ ആത്മാവ് കുറച്ചുനാൾ മണ്ണിന് അടിയിലെ ശരീരത്തിന് കാവൽ നിൽക്കുമെന്ന് ഉടമ്പടി ഉണ്ടാക്കിയിട്ടുണ്ടയാൾ...! ഇന്നലെവരെ ഈ ഗ്രാമത്തിൽ ജീവിച്ച മഹാമാന്ത്രികന്റെ കല്പനയും വിശ്വാസവുമാണത്. ദേശവാസികൾ ഭൗതികദേഹത്തിനു ചുറ്റും അർപ്പിച്ച പൂമാലകളോടും റീത്തുകളോടും, ആ ആത്മാവ് മന്ത്രിച്ചു: ഹ് ഇതെല്ലാം എന്ത് ലൊഡ്ക്ക് വഹകൾ... എല്ലാം എളുപ്പം വാടിപോകും... മികവേറെയാണ് നാട്ടുകാർ കാണാത്ത എന്റെ കരുതൽ നിക്ഷേപം... മരിച്ചാലും മൂടപ്പെട്ട മണ്ണിലൂടെ പുറം കാഴ്ച സാധ്യമാകുന്ന അത്ഭുത കിടപ്പാണ് ഈ ഉള്ളവന്റെ മൃത്യ......!

കരുതിയ നിക്ഷേപം വിടർന്ന് കൊഞ്ഞനം കുത്തിയപ്പോഴായിരുന്നു പറ്റിയ അബദ്ധം മനസ്സിലായത്. ഛെയ്... ഇത് വല്ലാത്തൊരു അക്കിടിയാണല്ലൊ തനിക്ക് സംഭവിച്ചത്. മുല്ല മൊട്ടുകൾ ആയിരുന്നില്ല തന്റെ സംഭരണം. ഒരു വല്ലാത്ത നാറ്റമുണ്ടിതിന്. 'ശവംനാറി പൂക്കൾ!' ഇരുളിൽ ശേഖരിച്ച വകയുടെ ദോഷം ചുറ്റുവട്ടം വമിക്കാൻ തുടങ്ങി പരാത്മാവിൽ ലയികേണ്ട ഒരു സാധാരണ ആത്മാവിന് പറ്റിയ ഈ അക്കിടിക്കു ശേഷം കുറ്റ്യാടിക്കാർ വസിപ്പുവെന്ന സുന്ദരമായ നാമധാരിക്ക് രണ്ടാം നാമമായ 'ശവംനാറി'യെന്ന വിളിപ്പേർ പ്രസിദ്ധമാക്കി, കേട്ടോ!

ഗ്രാമത്തിലെ ഒരു കുഴിവെട്ടിക്ക് അന്തിക്കള്ളിന് ഇത്തിര്യോളം മതി. ഈ സംഭവത്തിന്റെ കനൽ ഒരു കവിതയായ് ആളിതുടങ്ങും...

മനുഷ്യരിൽ കാമമുണർത്തുന്ന മുല്ലമൊട്ടുകളെ, നിങ്ങൾ എന്റെ ഉപസ്ഥാനത്തു വിരിയുമ്പോൾ ഒരു അഥർവ്വവേദ പണ്ഡിതൻ വിശ്വസിച്ചിരുന്നു, കറുത്ത ആത്മാവായ തനിക്ക് മരണാനന്തരം രണ്ടു വെൺ ചിറകുകൾ മുളയ്ക്കുമെന്ന്. അപ്പോൾ മാത്രം പ്രവർത്തനക്ഷമമാകുന്ന തന്ത്രത്തിലേക്കായിരുന്നല്ലോ ഈ മഹത്തായ മുല്ലമൊട്ടുകളുടെ ശേഖരം...

ഇപ്പോൾ ആ ഇരുണ്ട സംഭവം കഴിഞ്ഞിട്ട് ദിവസങ്ങൾ കുറച്ചു കഴിഞ്ഞിരുന്നു.

തന്ത്രങ്ങൾ ഏറെ പഠിച്ചവനായിരുന്നു അകാലത്തിൽ ചുകന്നമണ്ണിന്റെ കുപ്പായമണിഞ്ഞവൻ.

പക്ഷേ രാവുണ്ണ്യേട്ടന്റെ വളർത്തുനായ സമ്മതിക്കണ്ടേ അയാളുടെ വിശ്വാസ പ്രമാണം നടപ്പിലാക്കാൻ... കുറ്റ്യാടിയിലെ മണ്ണിന് അടിയിലും കനത്ത പോര് തുടരുകയാണ് മനുഷ്യരോടു കൂറുള്ള മൃഗവും മനുഷ്യരൂപമെടുത്ത ഒരു പിശാചും തമ്മിൽ.

കർക്കിടകമാസം ഏതാണ്ട് അവസാനിക്കാറായി. പക്ഷെ, കുറ്റ്യാടിയിൽ മഴ ശമിക്കുന്നില്ലായിരുന്നു.

ജാനകി ശരീരം മൂടിയ കമ്പിളിപുതപ്പുമാറ്റി അടുക്കളത്തോട്ടത്തിൽ ചൊരിയുന്ന ജലവീഴ്ച ശ്രദ്ധിച്ചു: ഉറഞ്ഞുതുള്ളുന്ന കർക്കിടകമേ നീ എന്തു ചെയ്യാൻ പോകുന്നു ഞങ്ങളുടെ ഗ്രാമത്തെ...

തിരിമുറിയാത്ത മഴയിൽ മണ്ണിന് അടിയിൽ കിടന്നു ജീർണ്ണിച്ച ശരീരം ചോർത്തുന്ന ദുർഗന്ധം താഴെ പറമ്പിലെ ജാനകിയെ വലം വയ്ക്കുന്നു ...

വാതിലുകൾ രണ്ടും അടച്ചു കുറ്റിയിട്ടു. മഴക്കാലമാണ് പൊട്ടു കല്ലുകൾ കൊണ്ട് നിർമ്മിതമായ കൊള്ളിലെ നീരുറവ താഴോട്ടിറങ്ങുന്നത് തെളിഞ്ഞു കാണ്മാൻ സാധ്യമാവുക. അവിടെ മണികണ്ഠൻ ഈച്ചകൾ കൂട്ടമായ് വട്ടം പറന്നിരുന്നു. ജനൽ പാളികൾ ഭദ്രമായ് അടച്ചു പൂട്ടി. അകത്ത് രണ്ടു ചന്ദനത്തിരികൾ കൊളുത്തിയപ്പോൾ ഓർമ്മകൾ വാതിലിൽ മുട്ടുന്നു...

രാവുണ്ണ്യേട്ടന്റെ നായ എന്തിനാണ് അത്ര ശാഠ്യത്തിൽ പാതി രാത്രി കുരച്ചു ചാടിയത്? തുടർച്ചയായി രണ്ടാം ദിവസം വാതിലിൽ കേട്ട മുട്ടായിരുന്നു ജാനകി ശ്രവിച്ചത്. ശബ്ദം നിയന്ത്രിച്ച് വാതിൽ സ്വൽപം തുറന്നു പുറത്തോട്ടെത്തി നോക്കി.

അതെ, നായ കാവലിരിക്കേണ്ട അസ്സൽ ഉരുപ്പടി തന്നെടി നീ... നായിന്റെമോളേ നിന്നെ ഞാൻ...

ജാനകി കാതുകൾ പൊത്തി. വാതിൽ താഴിട്ടു. രാവിൽ എത്തിയ മണവാളൻ കര നിർത്തേണ്ടേ - നിന്നിലെ നിശാഗന്ധം മൂടിവെയ്ക്കാൻ

മനസ്സിലില്ലെടീ എനിക്ക്... അവളുടെ ഒരു ശുനക പ്രേമം... നന്നായ് നക്കി കൊടുക്കെടീ യവന്റെ അവിടം... ഞാൻ ഇവിടെ മഴ നനഞ്ഞു നിന്നോളം

മദ്യപിച്ചിട്ടുണ്ടയാൾ.

ദേ - ഒരു കാര്യം ഞാൻ പറഞ്ഞേക്കാം. രാത്രി സേവയിൽ ഒരു നായീന്റെ മോന്തം വൈശ്യർക്ക് നരകം സൃഷ്ടിക്കരുത്...! തിരിഞ്ഞുപോകവേ പറഞ്ഞു: തീരുമാനം ഉടൻ വേണം. അല്ലെങ്കിൽ വിവരമറിയും...

അടുത്ത രാവിലും നായ കുരച്ചുചാടി. വാതിലിൽ മുട്ടു കേട്ടില്ല. ഇതുപോലെത്ര മഴക്കോളുകൾ കണ്ടു വളർന്നവളാണ് ജാനകിയെന്ന് അയാൾക്ക് അറിയില്ല. ഇരുട്ടിൽ അകലുന്ന കാലൊച്ച കേൾക്കാം. ദിവസങ്ങളെന്നു വെച്ചാൽ മനുഷ്യർക്കോരോ അനുഭവങ്ങൾ പകർന്നുകൊണ്ടിരിക്കുന്ന ആയുസ്സിന്റെ ഏടുകളാണ്. എന്നെ സംബന്ധിച്ചേടത്തോളം ദിവസങ്ങൾക്കെല്ലാം മുഖം ഒന്നുതന്നെ!

ഗ്രാമത്തിൽ ഏറെ വെളുപ്പിന് ഉണരുന്ന വീടാണ് ജാനകിയുടേത്. ഇന്നവൾ ചിന്തിച്ചു; എന്തേ എന്റെ പുതിയ ആശ്രിതൻ വന്നു വാലാട്ടുന്നില്ല? വാലുകൊണ്ട് കാലിൽ തട്ടി ദയാർദ്രമായ് മുകളിലോട്ടു മുഖമുയർത്തിയുള്ള മൂളിച്ച ശീലമായ് വന്നതായിരുന്നു അവന്. രാവുണ്ണ്യേട്ടൻ യാത്ര പോകവേ പ്രകടിപ്പിക്കാറുള്ള സ്വഭാവത്തിന്റെ മറ്റൊരു പതിപ്പ്. ഇന്നവൻ ഇറയത്ത് നിശ്ചലനാണ്! അങ്ങേരുടെ രണ്ടാം മരണമെന്ന് മനസ്സ് മന്ത്രിച്ചു... ചലനമറ്റ ജന്തുവിന് അരികിൽ ചെന്നിരുന്നപ്പോൾ അറിയാതിറങ്ങിയ കണ്ണുനീർ തുടച്ചു... പക്ഷേ വ്യത്യസ്ത വർണ്ണങ്ങളാൽ നിർമ്മിതമാണ് ജാനകിയെന്ന സ്വത്വം.... തന്റേതല്ലാത്തതാണീ ഭൂവിൽ താൻ അറിയാതെ മോഹിച്ചുപോയ പല വസ്തുക്കളും. ഈ കാഴ്ചപ്പാട് ഉള്ളിൽ വളർന്നതോടെ തന്റെ കൊച്ചു ശരീരത്തിന് മറ്റാരും കാണാത്ത ഇരുനില കെട്ടിടത്തിന്റെ ഉയർച്ച കൈവന്നിരുന്നു അവളിൽ... കൊച്ചു വെളുപ്പിനേ അയൽക്കാരി ഒരു ചെറിയ സഹായം തേടി അയൽക്കാരന്റെ കൊള്ളിന് അരികിൽ ചെന്നു നിന്നു. ഉണർന്നില്ലേ ആ കാലമാടൻ. അകത്തോട്ടു ശ്രദ്ധിച്ചപ്പോൾ ദുർമന്ത്രവാദത്തിന്റെ മണികിലുക്കം കേട്ടു. സൂര്യൻ ഉദിക്കും മുമ്പേ തുടങ്ങി അവന്റെ ദുഷ്കർമ്മങ്ങൾ. അവന്റെ ഉദ്ധരിച്ചലിംഗം തണ്ടറുത്ത് പട്ടിയെ സൽക്കരിക്കാനുള്ള പകയായിരുന്നു വദനത്തിൽ ഒളിച്ചത്...

'വൈശ്യരേ ഒരു ചെറിയ കുഴി വേണമായിരുന്നല്ലോ!'

'ങ: കുഴിയോ, അതു നിന്റെ പറമ്പിലുണ്ടല്ലോ ജാനകി......?'

വൈശ്യരേ തമാശ കള.

എന്റെ വിരുന്നുകാരൻ വന്ന വേഗതയിൽ തിരിച്ചു പോയിരിക്കുന്നു!

'എന്നുവെച്ചാൽ?'

ജാനകിക്ക് ലൗകീക മര്യാദകൾ മറന്നുകൂടല്ലോ, അയാളുടെ വ്യാജ

നിഷ്കളങ്കതാ പ്രകടനമൊന്നും കേൾക്കേണ്ടിവൾക്ക്. അതുകൊണ്ടാണ് മനസ്സ് വളരെ സംയമനം പാലിച്ച് പറഞ്ഞത്, ങ: ഒരു മൃഗമല്ലേ അത്. പോട്ടെ, ജീവിക്കുന്ന നേരത്തിന്റെ വില അറിവില്ലെങ്കിൽ ഈ വക ശിക്ഷ ഏതു ജീവിക്കും അനിവാര്യമാണ്......!

ഭോഗലോലുപൻ കേട്ട വാക്കുകൾ വിഴുങ്ങി എളുപ്പം ജന്തു സംസ്ക്കാരം കഴിഞ്ഞു തിരിച്ചെത്തി. പ്രഭാത കുളിരിൽ ജാനകിയുടെ കടുപ്പമുള്ള ചായ മൊത്തി കുടിക്കാൻ ഗ്രാമത്തിൽ ആയിരത്തിൽ ഒന്നോ രണ്ടോ പേർക്കേ ഭാഗ്യമുള്ളൂ... വൈശ്യർക്കു വേണ്ട ചായ നേരത്തെ അടുപ്പിലേറ്റിയിരുന്നവൾ....

വൈശ്യർ ഇരിത്തിയിൽ ചായയ്ക്കു വേണ്ടി കാത്തിരിപ്പാണ്. ജാനകി ചൂലുമായ് വരാന്തയിൽ അവതരിച്ചു കഴിഞ്ഞു.

ങ: ഇങ്ങോട്ട് അലോഹ്യമൊന്നും തോന്നരുത് കേട്ടോ വൈശ്യരെ. ജന്തു സംസ്കാരം കഴിഞ്ഞല്ലൊ, ഇനിയങ്ങോട്ടുള്ള ദിവസങ്ങൾ എനിക്കു മരിച്ച പുലയാണ്! താങ്കളെപോലുള്ള ഉന്നതരെ സൽക്കരിച്ചുകൂട. ആചാരങ്ങളുടെ കാര്യത്തിൽ ചില മനുഷ്യരോടും മൃഗങ്ങളോടും എനിക്കുള്ള അലിവ് തുല്യമാണ്. ഇനി ഈ വാതിലിൽ രാത്രിയിൽ വന്ന് മുട്ടരുത്. മുട്ടിയാൽ താങ്കൾ നരകത്തിൽ അയക്കപ്പെട്ട നായയുടെ പ്രതീകമായ് ഞാൻ കരയും...! താങ്കൾക്കു പോകാം. അവളുടെ തിളയ്ക്കുന്ന ഉള്ളം പറഞ്ഞു;

നിനക്ക് ഞാൻ വേശ്യയാണ്. പെൺവയറിന്റെ ചൂട് അർഹരായ മനുഷ്യർക്കുള്ളതാണ്. ആ തിരഞ്ഞെടുപ്പ് ജാനകിയുടെ മാത്രം പ്രമാണമാണ്... ഇപ്പോൾ ഒരു വളർത്തു ജീവിയോടുള്ള എന്റെ കനിവേ നീ അറിഞ്ഞിട്ടുള്ളൂ. ഈ ചൂണ്ടുവിരൽ നീ ഇല്ലാതാക്കിയ ഒരു മാലാഖയ്ക്കു വേണ്ടി വാ തുറക്കും, കാത്തിരിക്കുക..!

അയാൾ ശിരസ്സ് കുനിച്ചിരിക്കുന്നു......!

ശിരസ്സ് ഉയർത്തിപ്പിടിച്ചു കേൾക്കുക; തന്നെപ്പോലൊരു ദരിദ്രവാസിക്ക് നൂറു തെങ്ങ് മലയിൽ വിൽപ്പന നടത്തിയ എച്ചൂട്ടിയുടെ ദാരിദ്ര്യം എന്റെ വാ കൊണ്ട് ഈ നാട് കേൾക്കരുത്!.......! ഒരു വേശ്യയുടെ അന്തസ്സും ഒരു കൊലയാളിയുടെ അന്തസ്സും എന്താണെന്ന് ഈ നാട് തീരുമാനിക്കും.....!

വൈശ്യർക്ക് തേവിടിച്ചിയെ കേൾക്കാൻ കെൽപ്പില്ല. ശരീരം നിറഞ്ഞുനിന്ന കാമവികാരം വിഷമായി പതഞ്ഞു തുടങ്ങിയിരിക്കുന്നു... കേവലം ഫണം ഉയർത്തിയ ഒരു സർപ്പമല്ലയാൾ. അഞ്ച് പത്തികളുള്ള-കണ്ണുകൾ രക്തവർണ്ണമുള്ള മൂർഖനായി ഇഴഞ്ഞു നീങ്ങുകയാണിപ്പോൾ തെക്കോട്ട്....!

അദ്ധ്യായം-2

നടാടെയായിരുന്നു അന്ന് വെളുപ്പിന് ഒരു ബന്ധുവീടിന്റെ ആധികാരികതയിൽ അഭിമന്യു ജാനകിയെ സന്ദർശിച്ചത്.

എന്റെ കുഞ്ഞേ.... ആളെ കണ്ടമാത്രേ അത്യധിക സന്തോഷത്താൽ അവളുടെ തൊണ്ട ഇടറിപ്പോയിരുന്നു. പിന്നെ പതറിയ സ്വരം നിയന്ത്രിച്ചു... താൻ പ്രസവിക്കാത്ത പുത്രനുവേണ്ടി ഉള്ളിൽ പ്രസരിച്ച ഒരു വെള്ളിവെളിച്ചത്തിന്റെ നിമിഷം... നാട് കളങ്കിതയെന്ന് മുദ്രകുത്തപ്പെട്ട ഒരു സ്ത്രീക്ക് ഇതല്ലാം അനുഭവിക്കയെ സാധ്യമാവൂ. കേൾവിക്കാർക്കീ അനുഭവത്തിൽ വിശ്വാസമില്ല. ഇവനെപോലൊരു മിടുക്കനെ പ്രസവിച്ചിരുന്നെങ്കിൽ എത്ര രാവുകൾ എന്നെ നോവിക്കില്ലായിരുന്നു... ഇഹം വെടിഞ്ഞ രണ്ടാം ഇമ്പിച്ചിയുടെ ശരീരഗന്ധം ജാനകിയുടെ സന്തോഷത്തിൽ പങ്കുചേരാൻ അവിടെ പറന്നിറങ്ങി.... പ്രണയത്തിന്റെ അക്ഷയഖനി അപൂർവ്വം വ്യക്തികൾക്കേ ഭൂമിയിൽ ലഭ്യമായിട്ടുള്ളൂ... അത് അർഹതപ്പെട്ടവരിൽ നിക്ഷേപിച്ചാണ് പുരുഷൻ അല്ലെങ്കിൽ സ്ത്രീ കാലയവനികയിൽ മറയുന്നത്. സംശയം ഉള്ളവർ സ്ത്രീ രത്നങ്ങളോട് തിരക്കുക...

മോനെന്താ ബോംബെയിൽ പോയില്ലെ?

പോയി. പക്ഷെ....

ഓ... ഈ കുട്ടിയും ഭാവിയിലെ ഇമ്പിച്ചിയാണ്... കണ്ണുകൾ സ്വന്തമായ രീതിയിൽ അവന്റെ ദേഹത്തിൽ ഒരു അളവെടുപ്പു നടത്തി. അവനു ചേരുന്ന കാലഘട്ടത്തിന്റെ ഏറ്റവും മികച്ച കുപ്പായ അളവെടുപ്പായിരുന്നവൾ നടത്തിയത്... പിന്നീടേ ജാനകി ഈ തുണി വെട്ടി പാകത്തിൽ തയ്പ്പ് തുടങ്ങാറുള്ളൂ. ആദ്യ ദർശ്ശനത്തിൽ ഉള്ളിൽ രൂപംകൊണ്ട കാഴ്ച അകമേ ഒന്നു പാകപ്പെടേണ്ടതുണ്ടല്ലോ - പിന്നീടാണാ ജോലിയുടെ കുറ്റമറ്റ പൂർത്തീകരണം പ്രതീക്ഷിക്കേണ്ടത്.

കാട്ടുതീയിൽ പെട്ട ഈ പാഴ്തടി നീറുകയായിരുന്നു പൊന്നെ ,ഇതുവരെ. നിന്നെ കണ്ട നിമിഷം മുതലാണ് അതിനു കുറേശ്ശ ശമനം ലഭിച്ചത്...

നിമിഷങ്ങൾ വീണ്ടും കടന്നുപോയി.

തന്റെ ആഗമനോദ്ദേശ്യം വെളിപ്പെടുത്താൻ ജാനകി എന്ന

കാരിരുമ്പ് പതം വരാൻ കാത്തിരിപ്പായിരുന്ന അഭിമന്യു.

വേട്ടക്കാരൻ തന്റെ പട്ടിക്ക് പ്രചോദനം നൽകി ഇരയെ വീഴ്ത്തുന്ന ആ പഴയ തന്ത്രം തന്നെയാണ് ഇവന്റെയും കരുക്കൾ...

ജാനകിക്കാണെങ്കിൽ വളച്ചുകെട്ടില്ലാതെ കാര്യങ്ങളിലേക്കു പ്രവേശിക്കണം. അവൾ ശീലിച്ച രീതി അതാണ്. ഈ നാട് ഒരു കുടുംബത്തെ അപകീർത്തിപ്പെടുത്തുന്ന രീതിയിലല്ല കുഞ്ഞേ നീ ഉദ്ദേശിക്കുന്ന വീട്ടിൽ സംഭവിച്ചുകൊണ്ടിരിക്കുന്നതൊന്നും.

'പിന്നെയൊ?'

ഒരു ജനയിതാവെന്ന രഹസ്യ വിലാസത്തിന് പുറം മാന്യത നൽകിയും, ഇങ്ങനൊരു കുടുംബത്തിൽ പിറന്നുപോയല്ലോ എന്ന മഹാസങ്കടം ഉള്ളിലൊതുക്കിയുമാണാ പെൺകൊച്ചിന്റെ ജീവിതം പുകയുന്നത്. അല്ലാതെ...

ശാപവാക്ക് എത്തിയ നാക്കിനെ ജാനകി സ്വയം നിയന്ത്രിച്ചു. ഈ സമൂഹത്തിൽ ചിലർ പണ്ടേ ആവരണം കൊണ്ട് കുളപ്പായലാണ്. അബദ്ധത്തിൽ അവർ വസിക്കുന്ന ജലത്തിൽ പാദം സ്പർശ്ശിച്ചാലാണ് ചീങ്കണ്ണിയുടെയോ പെരുമ്പാമ്പിന്റെയോ വായിലാണ് സ്വന്തം പാദമെന്ന് മനസ്സിലാകുന്നത്...

ഗോമതിയെകുറിച്ചും അവളുടെ അമ്മയുടെ കാമുകനായ മാപ്ളയെക്കുറിച്ചും നാടിളക്കിവിട്ട രോഷത്തിൽ കയറിവന്നവനായിരുന്നല്ലോ അഭിമന്യു. അവന് അറിയേണ്ട വിഷയത്തിലേക്കാണ് ജാനകി വളച്ചുകെട്ടില്ലാതെ കടന്നു ചെന്നതും വിവരണം നൽകിയതും.

പണ്ടൊരിക്കൽ തന്റെ മുത്തച്ഛനോടും ഈ നിഷ്കളങ്കൻ ഇതുപോലൊരു ചോദ്യം ചോദിച്ചിരുന്നു, വേതാളങ്ങൾ താമസിക്കുന്ന വൃക്ഷം ഇതാണോ മുത്തച്ഛാ?

അല്ല കുഞ്ഞേ, നിന്റെ മനസ്സിപ്പോഴും പണ്ടേതോ ചിത്രകാരന്റെ ഭാവനയിൽ വിരിഞ്ഞ അമ്പല പരിസരത്തിലെ ഒരു വടവൃക്ഷമാണ്. സമയമാവട്ടെ, വേതാളങ്ങൾ താമസിക്കുന്ന വൃക്ഷം കാണിക്കാം നിന്നെ.

മുത്തച്ഛന്റെ മരണദിവസമായിരുന്നാ വൃക്ഷം എനിക്കു കാൺമാനായത്.

കണ്ടല്ലൊ ആ വൃക്ഷം?

ഇത് മുത്തച്ഛാ, ഗോമതിയുടെ വീടല്ലെ? മുത്തച്ഛന്റെ കാഴ്ചക്കെന്തു പറ്റി?

അതെ, ചില കാഴ്ചയെയും കേൾവിയെയും വിശ്വസിക്കാൻ പ്രയാസം നേരിടുന്ന സന്ദർഭങ്ങളുണ്ട്. നിനക്ക് ആ നേരം അനുഭവപ്പെടുമ്പോൾ മുകളിലോട്ട് ശ്രദ്ധിക്കുക. ആദ്യം നിന്റെ മുത്തച്ഛനെ കാണാം. ഈ

ആകാശ ചുവട്ടിലെങ്ങും ഉഷ്ണതരംഗം വീശുന്ന നേരം നമുക്ക് മുൻകൂട്ടി പ്രവചിക്കുക സാധ്യമല്ല കുഞ്ഞേ, നാം ഭൗമശാസ്ത്രജ്ഞരല്ല. പിന്നീട് തല കീഴായി തൂങ്ങിക്കിടക്കുന്ന വൃക്ഷശിഖരങ്ങളിലെ വേതാളങ്ങളെയും കാണാം... അഭിമന്യു അറിയാതൊരു നിർവൃതി അയച്ചുപോയി...

പണ്ടും എന്റെ മുത്തച്ഛൻ വികാരഭരിതനാവുമ്പോൾ സംസാരം ദ്വയാർത്ഥത്തിലായിരുന്നു പ്രയോഗിച്ചത്...

അഭിമന്യുവിന്റെ അന്വേഷണ ത്വര ഏതാണ്ട് ശമിച്ചിരുന്നു. ശാരദയേയും ഗോമതിയേയും ബോംബെ നഗരിയിലേക്ക് കൊണ്ടുപോകുമെന്ന തെറ്റായ വാർത്തയുടെ ബഹളം ചില്ലറയൊന്നുമല്ലല്ലൊ ഈ ചുറ്റുവട്ടം ആഘോഷിച്ചത്. അതിന്റെ തടസ്സക്കാരൻ ഈ പയ്യനാണെന്നു വരെ വിളംബരം നടന്നിട്ടുണ്ട്! വഴിയിൽ വെച്ച് കണ്ടവർ രഹസ്യമായി സൂചന നൽകിയിരുന്നു,

കുഞ്ഞ് സൂക്ഷിക്കണേ! അങ്ങിനൊരു പൂർവ്വ പാരമ്പര്യമുണ്ടവന്...

ചില സംഭവങ്ങൾ ഗ്രാമത്തിന്റെ ഉത്സവമാണ്. നിരപരാധികളുടെ നരകവും. ഈ കലാസൃഷ്ടി മെനയാൻ എല്ലാ ഗ്രാമങ്ങളിലും താവളങ്ങളുണ്ട്. ഇവരുടെ കൈവിരൽ കൊണ്ട് ഇങ്ങിനൊന്നു ഞൊടിച്ചാൽ മതി, പടർന്നോളും ലക്ഷ്യംവരെ...

അഭിമന്യു നിശ്ശബ്ദനാണ്. ചെറുപ്പക്കാരൻ ഏതോ മലകയറുകയാണ്. അഷ്ടദിക്കുകളിൽ ഗന്ധർവ്വന്മാരെയാകാം ഇവൻ ഗോമതിക്ക് കാവൽ നിർത്തിയത്. അവരെ സന്ദർശ്ശിച്ച് സേവനത്തിന് നന്ദി അറിയിക്കണം...

അയാൾ മലകളോടു മന്ത്രിച്ചു: ഭൂമിയിൽ വിലകൂടിയ രത്നം പ്രണയമാകുന്നു! അതിന്റെ വില അറിയുന്ന ഒരു ഗുരുവിനെ നിഗൂഢമായ് തിരയുകയായിരുന്നിവൻ...

എന്റെ ദൈവമേ, ഇവന്റെ മുത്തച്ഛൻ ദിവ്യനായിരുന്നെങ്കിൽ അദ്ദേഹത്തിന്റെ കൊച്ചുമകൻ ജ്ഞാനിയാണ്. കണ്ടില്ലെ ആ കണ്ണുകളിലെ തിളക്കം... നഗരത്തിലെ മൂന്നക്ക ശമ്പളം കളഞ്ഞെത്തിയ ഇവനെ അങ്ങു കാത്തു കൊള്ളേണമെ... ഈ നാടിന്റെ കുത്സിത ബുദ്ധിയിൽ ഇവൻ വീണുപോവരുത്

മകനേ നിനക്കു പ്രാതലെന്താണു തയ്യാറാക്കേണ്ടത്? ബദ്ധപ്പാടിൽ ഞാനതു ചോദിക്കാൻ വിട്ടുപോയിരുന്നു.

എന്തെങ്കിലും തരൂ, വിശക്കുന്നുണ്ട്.

ജാനകി പിന്നെ നിന്നില്ല. അടുക്കളയിലോട്ടു കയറി. വിശപ്പും രുചിയും ബഹളം വെയ്ക്കുന്ന സന്തോഷ ചലനങ്ങളാണ് അമ്മയ്ക്ക് മക്കൾ വീട്ടിലുള്ള പ്രഭാതം.

അഭിമന്യു തിരുത്തി: അമ്മാമേ ചായമാത്രം മതി. എനിക്കു

പോകണം.

എവിടേക്കാ ഇത്ര ധൃതി, അവിടിരി. എളുപ്പം തയ്യാറാവുന്ന പലഹാരമാണ് ഇന്നത്തേത്. ഒരു മിനുട്ട കൂടി ക്ഷമിക്ക്. രണ്ട് അടുപ്പം എരിയിച്ചാണവൾ പിന്നെ പുറത്തോട്ടു ചെന്നത്.

വിശേഷങ്ങൾ ഏറെയുണ്ട് കുഞ്ഞേ നിന്നോടു ചോദിച്ചറിയാൻ. തിരക്കു വെയ്ക്കരുത്. മക്കളാണെങ്കിലും ദൂരം വിട്ടാൽ ഖേദം വിട്ടെന്നു പറയും, എവിടെ - അതൊക്കെ പഴമൊഴി മാത്രം. നീ ഒരിക്കലും എന്നിൽ നിന്ന് ദൂരം പോകുന്നില്ല!

ഹ... ഹാ... എന്റെ അമ്മാമേ അഭിമന്യു ഹൃദ്യമായി ചിരിച്ചു. എന്നിട്ടു പറഞ്ഞു: എന്നെ കിഴക്കൻ മലയാണ് കാത്തിരിക്കുന്നത്. ഞാനൊരു കുഞ്ഞിന്റെ കാതിൽ ചെയ്ത ശപഥം ഒരു മലയേക്കാൽ ഉയരത്തിൽ വളർന്നിരിക്കാം അവളിൽ...!

'അതെന്തേയ്നു?'

ഈ ചേട്ടായി ഉടൻ തിരിച്ചു വരുമെന്നു തന്നെ !...

അമ്പടാ മിടുക്കാ.... ജാനകി ഇമ്പിയെ അഭിനന്ദിച്ചു. അവളുടെ കണ്ണുനീർ വൈഖരിയായി ഉരുണ്ടുവീണു. അന്നു പ്രഭാതം മുതൽ മനസ്സിൽ മുഴങ്ങിയ നായയുടെ കരച്ചചാട്ടം കണ്ണുനീരായ് പൊഴിഞ്ഞുവീണിരിക്കുന്നു. സ്ത്രീകളെ സംബന്ധിച്ചേടത്തോളം കണ്ണുനീർ ഒരു അനുഗ്രഹമാണ്. അനുചിതമായ് വീശുന്ന പ്രകൃതിയുടെ കുളിർകാറ്റ് ഒരു ആശ്വാസവും...

ഇരിത്തിയിൽ ആഹാരം നിരന്നു.

മനസ്സ് മലങ്കുടിലിലും അവിടത്തെ അംഗങ്ങളെ കുറിച്ചുമായിരുന്നല്ലോ ആന്തരീക ചിന്ത.

ശിരസ്സിൽ അഗ്നികിരീടമേറ്റിയ ഈ കൊച്ചു മിടുക്കൻ വേദനിച്ചു പിടയുമ്പോൾ ഞാനെന്തു പറയാൻ. ചില ഇഷ്ടങ്ങളാണ് അവനവന്റെ ഭാഗ്യവും ദൗർഭാഗ്യവും കൊണ്ടുവരുന്നത്. വെളിച്ചത്തിന്റെ അഭാരവും ഇരുട്ടിന്റെ ആഴവുമറിഞ്ഞവനെ തടയുന്നില്ല - പോയ് വരൂ മകനെ... നിന്റെ ഹൃദയത്തിനേറ്റ മുറിവുണങ്ങും. ഞാനുണ്ട് നിനക്കൊരു അമ്മത്തണലായിവിടെ...

അഭിമന്യുവിന്റെ കണ്ണുകളിലെ പ്രഭാവലയത്തിന് വീണ്ടും തിളക്കമേറിയിരിക്കുന്നു...

സംശയിക്കേണ്ട. ഒരു നന്ദി വാക്കല്ലിത്. ഒരു അമ്മ വാക്ക്!

ഇമ്പി ജാനകിയുടെ പടി ഇറങ്ങി. ഗോമതി ഈ സമയം അവളുടെ വീടിന്റെ തട്ടിൻ മുകളിൽ നിന്ന് തന്റെ സർവ്വസ്വമായവനെ നോക്കി നിൽപ്പുണ്ടായിരുന്നു. അവൾക്കറിയാം ഇപ്പോൾ അവനെ ഉച്ചത്തിൽ നീട്ടി വിളിച്ചുകൂട. തന്റെ മിഴികൾ നിറഞ്ഞുകൂട, വദനങ്ങൾ വിതുമ്പിക്കൂട. ആ ചലിക്കുന്ന പാദങ്ങളിലോട്ടു നോക്കി പ്രാർത്ഥിക്കുകയാണയാൾ...

അദ്ധ്യായം-3

ഭൂമുഖത്ത് മനുഷ്യരാശിയുടെ ശോഭ കെടുത്താൻ ഇനിയും മഹാരോഗങ്ങൾ പലവിധം ഉത്ഭവിച്ചേക്കാം. മനുഷ്യരെ കുരുതി ഏകി മനുഷ്യർ തന്നെ സൃഷ്ടിച്ച വ്യാപാരമാണ് ചില ആധുനിക രോഗങ്ങൾ...! ഇന്ന് ഒരു മഴവില്ലിൻ ചാരുതയിൽ കോവിഡ് എന്ന മഹാവ്യാധിയെ കീഴടക്കിയ ആഹ്ലാദത്തിൽ ഒരു സ്വരം മലയിൽ നിന്ന് ബഹിർഗമിച്ചിരിക്കുന്നു! കാർത്തികയുടെ ശബ്ദമായിരുന്നു ആ പ്രതിധ്വനിച്ചത്.

"ചേട്ടായീ..."

അവൾ വിജയഘോഷം മുഴക്കി ഓടി ഇറങ്ങുകയാണ് താഴേക്ക്.

ഒരിക്കൽ ഗോമതിയുടെ മുത്തശ്ശിയായിരുന്നു കൊച്ചുമകളുടെ ആയുസ്സിനുവേണ്ടി താഴ്വാരം നോക്കി പ്രാർത്ഥനയിൽ മുഴുകിയിരുന്നത്. ഇന്ന് കാർത്തികയുടെ മുത്തശ്ശി തന്നിൽ പ്രതീക്ഷ അർപ്പിച്ച് കാത്തിരിപ്പാണാ മല മുകളിൽ.

അഭിമന്യു ആകാശത്തു നിന്ന് ഭൂമിയെ ദർശിച്ച പോലായിരുന്നാമോശം കാലാവസ്ഥയിൽ താൻ സന്ദർശ്ശിക്കാൻ ഒരുങ്ങിയ കുടിൽ ഒരു വിളിപ്പാട് അകലത്ത് കണ്ടത്. കമ്പികൾ മൂന്ന് ഒടിഞ്ഞിട്ടും നിവർത്തിയ കുടയല്ലാ കാണുന്ന കാഴ്ച. ചില തരം ദൃശ്യങ്ങൾ ഹൃദയംകൊണ്ട് കാണുകയും കണ്ണുകൾ കൊണ്ട് ബഹുമാനിക്കേണ്ടതുമാണ് മനുഷ്യർ... ഒരു പക്ഷെ, ഭാവിയിൽ മനുഷ്യർ വസിക്കേണ്ട ഭൂമിയുടെ ദൃശ്യമാണാ കുടിൽ തന്നെ ഓർമ്മപ്പെടുത്തിയത്...!

ലോകമെങ്ങും മനുഷ്യരാശിക്കു നേരെ ജൈവായുധം പ്രയോഗിച്ച രാഷ്ട്ര ശക്തിക്കെതിരെ പോരാട്ടം കടുത്തിരിക്കുന്നു. അവർക്കുള്ള തിരിച്ചടി ജൈവായുധങ്ങൾ കൊണ്ടു തന്നാകുമ്പോൾ ഭൂമിയുടെ അവസ്ഥ താൻ പ്രവേശിക്കാൻ ഒരുങ്ങുന്ന കുടിലിന്റേതുപോലായേക്കാം... എന്റെ ഭൂമിക്ക് അങ്ങനൊരു അവസ്ഥ സംഭവിക്കാതിരിക്കട്ടെ...

അഭിമന്യു ആത്മഗതം ചെയ്തു. ലോകാന്ത്യം ആസന്നമായ ഈ കാലഘട്ടത്തിൽ ഒട്ടുമിക്ക മനുഷ്യരുടെയും മാനസികാവസ്ഥ ശരിയല്ലായിരുന്നു. ഓരോ വ്യക്തികളും വ്യത്യസ്ഥ അനുഭവങ്ങളിൽ നീറി പിടഞ്ഞുകൊണ്ടിരിക്കുന്നതാണ് കാലഘട്ടം.

എവിടെ നിന്നോ ആരംഭിച്ച മനുഷ്യരാശിയുടെ വ്യക്തിഗതമായ കഥാവിശേഷങ്ങൾക്ക് ഇനിയില്ല പ്രാധാന്യം! ഓരോ കാലഘട്ടങ്ങളിൽ ജീവിച്ചുപോയ വിവേകശാലികൾ ഭൂമിയുടെ ഭാവി നേരത്തെ രേഖപ്പെട്ടുത്തി വെച്ചിരുന്നു. ഒപ്പം വളരെ അകലത്തായ് മനുഷ്യകുലത്തെകുറിച്ചും പരാമർശ്ശമുണ്ട്. അതുകാരണമാവാം കഴിവുള്ള രാഷ്ട്രങ്ങൾ മനുഷ്യവാസത്തിന് യോഗ്യമായ ഉപഗ്രഹങ്ങളുടെ അന്വേഷണം ആരംഭിച്ചത്. അകലെയാണെങ്കിലും എവിടെയെങ്കിലും മനസ്സുനഷ്ടപ്പെടാത്ത മനുഷ്യരുണ്ടെങ്കിൽ അവരോടു നാം സഹകരിക്കാൻ ഇപ്പഴേ വെമ്പൽ കൊള്ളുന്നു. ഭൂമി നിറയെ മനുഷ്യരുണ്ടെങ്കിലും ഹൃദയം കൊണ്ട് സർവ്വരും അകലെയാണ് വാസം...

അഭിമന്യു മനസ്സാ സ്വപ്നം കണ്ടു തുടങ്ങിയ ബുദ്ധിമാന്മാരായ മനുഷ്യരോട് സംവദിച്ച് മല മുകളിലോട്ടു യാത്ര തുടർന്നു...

മനുഷ്യരൂപത്തിൽ രണ്ടു ചലിക്കുന്ന പ്രകാശങ്ങൾ ദൂരെ കാണുന്നുണ്ടോ നിങ്ങൾ? ഇല്ലാ എങ്കിൽ ഞാൻ കാണിച്ചുതരുന്ന ദിശയിലോട്ടു മാത്രം സൂക്ഷിച്ചു നോക്കുക. എല്ലാം ഇവിടന്ന് വ്യക്തമായി കാണാം. സംശയം വല്ലതും തോന്നിയെങ്കിൽ ചോദിക്കാം ഇങ്ങോട്ട്.

അഭിമന്യുവിന്റെ ശ്രദ്ധ ഉയരത്തിൽ നിന്ന് വ്യതിചലിച്ചിട്ടില്ല.

ഉവ്വ്. ഞങ്ങൾ താങ്കൾക്ക് ഒപ്പം സഞ്ചരിക്കുന്നുണ്ട്.

ശരി. വന്നോളൂ.

അവർ എവിടേക്കാവാം ഇത്രേം ധൃതിയിൽ ഓരോ പടികൾ കയറി പോകുന്നത്? ചലിക്കുമ്പോൾ എന്തുകൊണ്ടാവാം നാം ശ്രദ്ധിക്കുന്ന രൂപങ്ങൾക്ക് സവിശേഷമായൊരു തിളക്കം ലഭിക്കുന്നത്? അഭിമന്യുവിനെ പിൻതുടർന്നവർ കാഴ്ചയുടെ ജിജ്ഞാസയിലാണ് മുഴുകിയിരിക്കുന്നത്.

പറയാം.

ഒപ്പം യാത്ര ചെയ്യുന്നവർക്ക് ഒരുപാടു കാഴ്ചകൾ പങ്കിടാനുള്ള ഒരുക്കമാണെങ്കിലും മനസ്സിൽ വാചകങ്ങൾ കൊണ്ടാവാത്ത ഉത്സാഹം വന്നു നിറഞ്ഞിട്ടുണ്ടയാളിൽ...

ഒരു ദേവാലയ കമാനം പോലല്ലായിരുന്നാ ആകാശ ദർശനം ലഭിച്ചത്. മാറ്റുകൂടിയ ഒരു മഹാരത്ന ഭിത്തിയാണ് മുമ്പിലുയർന്നതെന്നു തോന്നിപ്പോയി. നിമിഷങ്ങൾ തോറും കാഴ്ചക്ക് വ്യതിയാനം സംഭവിക്കുന്നാണ്ടായിരുന്നു. ആ അത്ഭുതലോകം വീക്ഷിക്കവെയാണ് ഒരു പരിചിത സ്വരം കേൾക്കാറായത്. അതുകാരണം തന്റെ കാഴ്ചപിന്നോക്കം പങ്കിടലിന് ഭംഗം സംഭവിച്ചിരിക്കുന്നു.... ക്ഷമിക്കുക. ഞാൻ പിന്നീട് ചേരാം നിങ്ങൾക്കൊപ്പം. തൽക്കാലം മുന്നോട്ട് ഗമിക്കുന്നു...

'ഇമ്പീ.....!

കേൾവിക്കിപ്പോൾ അകലം കുറഞ്ഞിരിക്കുന്നു.

അവൻ വിളികേട്ടു.

ഓയ്.

അഭിമന്യു ചുറ്റും വീക്ഷിച്ചു. ശരിക്കും ഈ ലോകത്തിൽ മഹാത്ഭുതം സംഭവിച്ചുകൊണ്ടിരിക്കുകയാണല്ലോ ചെയ്യുന്നത്. ഞാനിപ്പോൾ ആകാശഗംഗയിലാകുന്ന നിലകൊള്ളുന്നത്.

ചലിക്കുമ്പോൾ മനുഷ്യരൂപമുള്ള രണ്ടു പ്രകാശങ്ങളും സൂര്യഗോളവു മല്ലാതെ മറ്റൊരു കാഴ്ചയും ദൃശ്യമല്ലിവിടെ.

ഞേ, ഒരു പക്ഷെ സൂര്യന് എന്നെ മുൻകാല പരിചയമുണ്ടായിരുന്നൊ? കാഴ്ചാലോകത്തിൽ നിന്നുള്ള ഈ സ്വരം ഏറെ പരിചയമുള്ളതാണ്! അത്ഭുതം തോന്നി. അഭിമന്യു എന്ന എന്റെ പൂർണ്ണനാമം ഇത്ര ആർദ്രമായി ചുരുക്കികേൾപ്പിക്കുന്ന രണ്ടു കണ്ഠങ്ങളേയെ എനിക്ക് പരിചയമുണ്ടായിരുന്നുവുള്ളുവല്ലൊ. ആ സ്വരം ഭൂമിയിൽ നിന്നല്ല സൂര്യനിൽ നിന്നു കേട്ടാലും എന്നിലെ സർവ്വകോശങ്ങളും ഭയന്ന പൂച്ചയെ പോലെ രോമങ്ങൾ എഴുന്നു നിൽക്കും..

'ദാ... ഇവിടെ'

ഞാൻ ശബ്ദം കേട്ട ദിശയിലോട്ട് ഓടിച്ചെന്നു.

'നീ എന്താടാ മകനെ അസമയത്തിവിടെ?.'

'ഞാൻ... ഞാൻ...'

കരയാതെ മകനെ. കാര്യം പറയൂ. ഭൂമിയിൽ നിന്ന് കടന്നുപോയ ഇമ്പിച്ചി കൊച്ചുമകനെ ആശ്വസിപ്പിച്ചു.

ഞാൻ എഴുപതു വർഷങ്ങൾ ഭൂമിയിൽ നിരന്തരം ചവിട്ടി കുഴച്ചിട്ടും പാകമാകാത്ത മണ്ണിൽ ഇരുപതുകാരന്റെ പാദങ്ങൾ ആ ജോലി ഇത്ര പെട്ടെന്ന് പൂർത്തീകരിച്ചെന്നൊ...

നീയെന്നുവെച്ചാൽ എനിക്ക് ബന്ധുമിത്രാദികളിലേക്കുള്ള മടക്കവും ആവേശവും ഉത്സാഹവുമായിരുന്നു മകനേ. അത്ര മഹത്തായ പ്രണയരത്നത്തിന്റെ കരങ്ങളിലായിരുന്നല്ലൊ നിന്റെ സുരക്ഷ ഞാൻ ഏർപ്പെടുത്തിയിരുന്നത്. സ്വപ്നം കണ്ട ഒരു വംശത്തിന്റെ അന്ത്യം ഇത്ര പെട്ടെന്ന് കഴിഞ്ഞെന്നൊ?

ഇല്ല മുത്തച്ഛാ നമ്മുടെ വംശം അവിടത്തന്നെയുണ്ട്. അത് പെട്ടെന്ന് അവസാനിക്കുന്നില്ല-

കുടുംബ ആവലാതികൾ ബോധിപ്പിക്കുന്ന ഇടമല്ല ചിത്രഗുപ്തകവാടം! ആത്മാക്കൾക്കു തങ്ങാനുള്ള നേരം ഇവിടെ അത്ര കുറച്ചേ ഉള്ളൂ. അതുകാരണം താൻ ഇവിടെ എത്തിയ രഹസ്യം ക്രോഡീകരിച്ച ഒരു മുദ്രയായ് നൽകാനേ ഇമ്പിക്ക് ഒത്തുള്ളൂ. അതിനിടയിൽ മുത്തച്ഛൻ ബോധിപ്പിച്ചു തന്ന വിഷയങ്ങളിലായിരുന്നു ശ്രദ്ധ പൂർണ്ണമായും

കേന്ദ്രീകരിച്ചിരുന്നത്.

ഇവിടന്ന് അകലേക്ക് നോക്കുക. സമുദ്രത്തിന്റെ മുതുകിൽ ഒരു വര വരച്ചപോലെ ഒരു സീമ കാണാം അവിടെ. ഇല്ലേ?.

ഉവ്വ്.

ആ സീമ കടക്കുന്നതോടെ എനിക്ക് വീണ്ടും ഭൂമിയിലോട്ടുള്ള പ്രവേശന അനുമതിയാണ് ലഭിക്കുന്നത്!. ഈ അനുമതി സ്വീകരിക്കുന്നതോടെ എന്റെ രൂപം സൂക്ഷ്മമായി മാറേണ്ടി വരുന്നു!. പഴയ ഓർമ്മകൾ വിസ്മൃതിപ്പെടുന്നു. ദേവനിയമത്തിലെ മഹത്തായ മുഹൂർത്തം എത്തിനിൽക്കുന്ന മുത്തച്ഛനു മുമ്പിൽ ആകാശത്തിൽ വിരിഞ്ഞ ഒരു അപൂർവ്വ പനിനീർ പുഷ്പമായി നിലക്കൊള്ളുവാനേ അപ്പോൾ കൊച്ചുമകന് സാധ്യമാകുകയുള്ളുവല്ലോ - എങ്കിലും ആ സന്തോഷ മുഹൂർത്തത്തിൽ ഇമ്പി തന്റെ ആഗമനോദ്ദേശ്യം വ്യക്തമാക്കി: മുത്തച്ഛാ, ഞാൻ താങ്കൾ ഉദ്ദേശിക്കുന്ന അവസ്ഥയിലല്ല ഈ ലോകത്തെ പ്രതിനിധീകരിക്കുന്നത്. മനുഷ്യലോകം ഇന്നോളം പ്രയോജനപ്പെടുത്താത്ത ഒരു വിദ്യയുടെ സാകല്യം ആഘോഷിക്കുകയായിരുന്നു ഞാൻ. ബുദ്ധിയുടെ അകമ്പടിയിൽ ഇവിടെ എത്തി എന്നുമാത്രം ഇപ്പോൾ അറിയുക! എന്റെ ഏതു സന്തോഷാവസരങ്ങളിലും പ്രഥമ സ്ഥാനം മുത്തച്ഛനുണ്ട്. അതു കഴിഞ്ഞാകുന്നു മറ്റുള്ളവരുടെ ഊഴം വരുന്നത്. ഞാൻ മുത്തച്ഛന്റെ അരികിലെത്താനുള്ള പ്രവേശന കവാടം മാറിനിൽക്കുകയായിരുന്നു. എന്തുകൊണ്ടോ അങ്ങനെ സംഭവിച്ചിരിക്കുന്നു. മുത്തച്ഛനെ കണ്ടത് ഭാഗ്യം. ഭൂമിയിൽ മഹാവ്യാധി വിതച്ചവർ ഇവിടെയും കപട ദേവലോകം നിർമ്മിച്ച കഥ അറിയില്ലായിരുന്നെനിക്ക്!. അവർ തീർച്ചയായും ദേവലോകം ആക്രമിക്കാനുള്ള ഗൂഢ പദ്ധതിയിലാണ്...! ഈ ക്രൂര വളർച്ച നാം അനുവദിച്ചുകൂട.

എന്നുവെച്ചാൽ ഭൂജാതൻ ഇവിടെ എത്തുക എന്ന അവസ്ഥക്ക് മൃത്യു വരിച്ചവൻ എന്നല്ലേ കുട്ടീ അർത്ഥം?

അല്ല മുത്തച്ഛാ.

എങ്കിൽ വളരെ സന്തോഷം കുഞ്ഞേ,

നീ എത്തപ്പെട്ട സന്ദർഭം എത്ര സുന്ദരം. ഈ സമയം ഇത്തിരി തെറ്റിയിരുന്നെങ്കിൽ അനുഭവിക്കേണ്ടി വരുമായിരുന്ന ദുഃഖം ചെറുതായിരുന്നില്ല. ചില അപൂർവ്വ സിദ്ധി നിന്നിലുണ്ടെന്ന് കുഞ്ഞും നാളിലെ ഞാൻ മനസ്സിലാക്കിയിരുന്നു. എന്നാൽ അത് ഇത്ര കേമമാകുമെന്ന് ഓർത്തില്ല കുഞ്ഞേ. ഇപ്പോൾ മുത്തച്ഛൻ ധന്യനായിരിക്കുന്നു...! അർഹമായ ആഗ്രഹങ്ങൾ സഫലമാവാത്തവന്റെ അന്ത്യം അന്യായമാകുന്നു!. ലോകത്തിൽ ഇത്തരം മരണങ്ങളാണ് കൂടുതൽ സംഭവിച്ചുക്കൊണ്ടിരിക്കുന്നത്. അത്തരക്കാർക്കു വേണ്ടി ഇവിടമൊരു സമരത്തിലായിരുന്നു സമരനാട്ടിൽ നിന്നു വന്ന ഞാൻ. അതു വിജയിച്ച സംതൃപ്തിയിലാകുന്നു

ഞാൻ. ഇനിമേൽ മനുഷ്യർ ഏറെ യുഗങ്ങളായ് അനുഭവിച്ചു കൊണ്ടിരുന്ന അകാലമൃത്യുവിൽ നിന്ന് മോചിതരാണ്. അത്തരം അവയവ സമ്പന്നരായിരിക്കും ഇനിയുള്ള പുതിയ തലമുറകളുടെ ശരീരഘടന! ആ നേട്ടം കൈവരിച്ച സംതൃപ്തിയിലായിരുന്നു നമ്മളുടെ കണ്ടുമുട്ടൽ. പക്ഷെ നിന്റെ തീരുമാനം എന്നെ വ്യഥിതനാക്കുന്നു മകനെ. സാധാരണക്കാർ കൈകാര്യം ചെയ്യേണ്ട വിഷയമാണോ ഇത്ര ചെറുപ്പമായ നീ സ്വയം ഏറ്റെടുത്തിരിക്കുന്നത്. സംസാരിച്ചു നിൽക്കാൻ സമയം വളരെ പരിമിതമാണല്ലോ കുഞ്ഞേ, നമ്മുടെ ഭൂമിയുടെ ഭാവിയെക്കുറിച്ച് ധാരാളം സംസാരിക്കാനുണ്ടായിരുന്നെനിക്ക്... മനുഷ്യരെയും അവന്റെ സ്രഷ്ടാവിനെയും വെല്ലുവിളിക്കുന്നവരെയാണ് നീ നേരിടാൻ ഒരുങ്ങിയത്...! ഇമ്പിച്ചി വികാരധീനനാണ്. വളരെ പെട്ടെന്നാണ് കാര്യങ്ങൾ പറഞ്ഞവസാനിച്ചത്. ശരി. ഈ അമൂല്യ മുഹൂർത്തത്തിൽ നിനക്കും നിന്റെ ദൗത്യത്തിനും എന്റെ ശുഭാശംസകൾ നേരുന്നു... നന്ദി, വിട!

നീ എത്തുന്ന ആ അത്ഭുതലോകത്തിൽ പ്രവേശിച്ചു കഴിഞ്ഞാൽ ഞാൻ പകരുന്ന ഈ അറിവുകൾ പ്രവർത്തന ക്ഷമമാക്കുക; നിന്നെ നിരീക്ഷിക്കുന്നവരുടെ സൗന്ദര്യം കവികൾക്കുപോലും പേന ചലിപ്പിക്കാൻ കഴിയാതെ വിഷമിച്ചു പോയിട്ടുണ്ടെന്ന് അറിയുക... ഇവരുടെ സൗമ്യതയുടെ കാര്യം പറയുകയും വേണ്ട. സ്ത്രീകളുടെ ഈ രണ്ടു നന്മകളിലായിരുന്നല്ലോ അനാദികാലം മുതലേ പുരുഷൻ അവർക്കു കീഴടങ്ങിയത്... ആദ്യം കാണപ്പെടുന്നവളുടെ മൃദുമേനിയിൽ നോക്കി ഇവളേതു പൂവിൻ ദളമെന്ന് മോഹിതനായി തൊടാൻ വിരൽ നീണ്ടുപോകരുത്... ഹൃദയം നീക്കപ്പെട്ട മൃതതാരങ്ങളാണവർ...

മുത്തച്ഛൻ കണ്ണിറുക്കി ചിരിച്ചു...

ഭൂമിയിലെ മികച്ച ആവശ്യവുമായി എത്തപ്പെട്ട മഹാത്മാക്കളെ വീഴ്ത്താൻ നിയോഗിച്ച ഉന്നത വിഷകന്യകകൾ എന്നറിയുക!. വിജയിച്ചു വരൂ. നാം വീണ്ടും കണ്ടുമുട്ടട്ടെ.

അഭിമന്യു ഓടിപ്പോയ ഇടത്തിലോട്ടു തന്നെ തിരിച്ചെത്തി. അപ്പോൾ വെള്ളിമേഘങ്ങളായ് തോന്നിച്ച ഒപ്പമുണ്ടായിരുന്ന മനുഷ്യരൂപങ്ങൾ രത്ന കവാടം കടക്കാനുള്ള ഒരുക്കത്തിലായിരുന്നു.

തന്റെ ഊഴം അല്പനേരം കൂടി കഴിഞ്ഞാണ് വരുന്നത്. അതു കൊണ്ടായിരുന്നു മുത്തച്ഛൻ ഭൂമിയിലോട്ടു കടന്നുപോയ വഴി ഒരിക്കൽക്കൂടി തിരിഞ്ഞുനോക്കിയത്. നട്ടുച്ചയിൽ ആകാശ നീലിമയിലോട്ടു നോക്കിയാൽ എന്തു കാണാൻ. സൂര്യൻ കത്തിജ്വലിക്കുന്നു. വിഷമം തോന്നി.

ഇതാ അഭിമന്യുവിനായി സ്വർഗ്ഗകവാടം തുറന്നിരിക്കുന്നു.

ദേവലോകം സ്വാഗതമരുളി. അതൊരു അശരീരിയായിരുന്നു.

നന്ദി.

താങ്കളാ പൂത്തുലഞ്ഞ കല്പതരുവിന്റെ നിഴലിൽ നിൽക്കുക. ദേവി ഉടൻ ആഗതയാകും.

ഉത്തരവ്!.

ആദ്യമായി വൃക്ഷഭാഷ വശമില്ലാത്ത ദുഃഖം അലട്ടി. എന്റെ വൃക്ഷമേ, ഒരു വിത്ത് തന്റേത് ഭുവവാസികൾക്കു ലഭിച്ചിരുന്നെങ്കിൽ... വൃക്ഷഭാഷ അറിവുള്ള ഒരു നിത്യകന്യകയുണ്ട് ഭൂമിയിൽ!... അവർക്കൊരു സമ്മാനം നൽകാമായിരുന്നു.

പെട്ടെന്നു കേൾക്കാം,

സ്വർഗ്ഗത്തിൽ ഭിക്ഷയെടുക്കുന്ന രാജയൗവ്വനം. ഹ... ഹാ......

നവഗ്രഹങ്ങളിലേക്ക് കുറുക്കുമാർഗ്ഗം അറിയാം. നവയുഗത്തിലേക്ക് വഴി അറിയാത്ത പാവം രാഷ്ട്ര സ്നേഹി...! വരൂ ഭൂമിയിൽ ഞങ്ങൾ ഒരുക്കുന്ന പുതിയ യുഗ വിസ്മയം സസന്തോഷം കാണിക്കാം ഞാൻ താങ്കളെ. ഇനിയത്തെ യുഗം ഞങ്ങളോട് സഹരിക്കുന്നവർക്ക് മാത്രമാണ് ശാശ്വതം.

അയാൾ ആദ്യം നിസ്സംഗനായി എല്ലാം കേട്ടുനിന്നു. പിന്നീടാണ് പൊട്ടിത്തെറിച്ചത്.

ഭൂമിയിലെ മൊത്തം മനുഷ്യരെ ഗ്ലാസ്സ് ഭരണിയിൽ അച്ചാറിട്ട് പ്രപഞ്ചം നോക്കി അഹങ്കരിക്കുന്ന വൈരുപ്യം ഇത്ര പ്രതീക്ഷിച്ചില്ല...!

വർഷങ്ങളായി വിഷവായുവിലാണ് ഭൂമിയെ മുക്കിയിട്ടത്! വായു പിളർന്ന് അല്പം മുകളിൽ തള്ളി നിർത്തിയതാണീ വിശ്വത്തിന്റെ നാസിക...! ഭൂമിയിലെ ജീവിതം ആഘോഷിക്കാൻ സർവ്വചരാചരങ്ങളുടെതുമാണീ നാസിക!. കാണാമൊ താങ്കൾക്കീ അവയവം?. ഇല്ല. രാഷ്ട്ര വൈരൂപ്യങ്ങൾക്കു മാത്രം ഈ പ്രപഞ്ച അവയവം ദൃശ്യമാകില്ല!!!...

കാർത്തിക മലയിറങ്ങി സഹോദരന്റെ അരികിൽ എത്തിക്കഴിഞ്ഞു. അഭിമന്യു അവന്റെ ചിന്താലോകത്തിൽ നിന്ന് ഉണർന്ന് വർത്തമാന കാലത്തിൽ എത്തിപ്പോയി. ഇനി ആ കുഞ്ഞു കരങ്ങൾ സഹോദരനെ ഒരിക്കലും പിടിവിടുകയില്ലെന്ന ഭാവത്തിൽ വരിഞ്ഞു മുറുക്കുകയാണ്...

മലയുടെ ഉച്ചിയിൽ ശീതളമായ കാറ്റു വീശിയിരിക്കുന്നു. അവിടെ വർഷമേഘങ്ങൾ ഉണ്ടെങ്കിൽ വെള്ളിനാരിഴകൾ പൊഴിയാതിരിക്കുമൊ... അഭിമന്യുവിന് ഏറ്റവും സംതൃപ്തിയും സന്തോഷവും അനുഭവപ്പെട്ട നിമിഷങ്ങളായിരുന്നു അത്. അവൻ ടവ്വാല എടുത്ത് സഹോദരിയുടെ നനയുന്ന തലയിൽ വിരിച്ച് പ്രകൃതിയോടു മന്ദഹസിച്ച് വീണ്ടും മലകയറാൻ തുടങ്ങി.

ഇരുട്ട്:

അന്ന് കാർത്തികയുടെ കുടിലിൽ പാതിരാ കഴിഞ്ഞിരുന്നു.

വലിയ ഒച്ചയും ബഹളവും കേട്ടാണ് അഭിമന്യു ഞെട്ടി ഉണർന്നത്. അവസാനിക്കുകയാണോ ഈ ഭൂമി! എഴുന്നേറ്റ് ചാണകം മെഴുകിയ കോലായയിൽ ചെന്നിരുന്നു. ഇത്ര ഭയാനകമായ മുഴക്കം എവിടെന്നാണാവോ ഉയരുന്നത്. കൊടുങ്കാറ്റിന്റെ ആരവമോ ആഞ്ഞടുക്കുന്നത്!. മലങ്കാറ്റ് കടഞ്ഞിളക്കി ഭൂമിയെ പൊട്ടി പിളർത്താനാണ് ശ്രമമെന്ന് തോന്നുന്നു... ഇന്നോളം കേൾക്കാത്ത വല്ലാത്തൊരിനം മുഴക്കമായിരുന്നു തുടർന്നുകേട്ടത്...

മോനെന്താ ഉറക്കം വന്നില്ലേ? പിന്നിൽ നിന്ന് മല മുത്തശ്ശിയുടെ ശബ്ദം.

ഞെട്ടിത്തെറിച്ചുപോയി. ആ ചുറ്റുപാടിനെക്കുറിച്ച് അത്ര ജിജ്ഞാസയിൽ ചിന്തിച്ചുകൊണ്ടിരുന്ന നിമിഷങ്ങളിലായിരുന്നല്ലോ ഈ ചോദ്യം ഉയർന്നത്. അൽപം ശങ്കിച്ചുപോയെങ്കിലും ഉത്തരം നൽകി.

ങ. നല്ല ഉറക്കമായിരുന്നു മുത്തശ്ശീ, ഇന്നാണ് മുത്തച്ഛന്റെ വിയോഗ ശേഷം സ്വപ്നത്തിൽ ഞങ്ങൾ ഭൂമിയെക്കുറിച്ച് വിശാലമായ ഒരു സംവാദം നടത്തിയത്...! മുത്തശ്ശി എന്തിനോ ഒരു നിമിഷം മുകളിലോട്ടു കൈകൂപ്പി നിന്നു. എന്നിട്ടു പറഞ്ഞു: സഫലമാണാ സ്വപ്നം. ഈ കുടിലിന്റെ സൗഭാഗ്യം. ഞാൻ കരുതി ഇവിടത്തെ സൗകര്യക്കുറവിൽ കുഞ്ഞ് എങ്ങനെ ഉറങ്ങുമെന്ന്.

മുത്തശ്ശി ഉറങ്ങിക്കോളൂ. വെളുപ്പിന് നമുക്ക് പള്ളിക്കൂടം - പഞ്ചായത്ത് - ഗ്രാമമുഖ്യൻ - പോലീസ് അധികാരി ഇവിടങ്ങളിലെല്ലാം സന്ദർശിക്കാനുള്ളതല്ലേ, പിന്നേയുമില്ലെ ആയുസ്സുണ്ടെങ്കിൽ ജീവിതം തുടരാൻ നിയമങ്ങളേറെ?.

അതിനൊന്നും ഒരു തടസ്സവും സംഭവിക്കില്ല കുട്ടീ. ഈ മുത്തശ്ശി കണ്ണടച്ചിട്ടും വെട്ടം മായാത്തവളായിട്ട് വർഷങ്ങൾ ഏറെ ആയിരിക്കുന്നു...!

അതിഥിയുടെ യുദ്ധമാനസത്തിൽ അന്നത്തെ ദിവസം പുതിയൊരു പുലർകാല വെട്ടം വ്യാപിക്കുകയായി...

മുത്തശ്ശീ, ഇനിയും ആ ഭയാനകമായ മുഴക്കം തുടരുകയാണല്ലോ ഈ പരിസരം. എന്താണീ മലകളുടെ പല ഭാഗങ്ങളിലും സംഭവിച്ചുക്കൊണ്ടിരിക്കുന്നത്?

യുദ്ധകാലം ഈ ഗ്രാമത്തിന്റെ അഭിമാനസ്വരമാണിത്. കാഴ്ചയിൽ ധാരാളം മലകൾ ഇവിടെ തരിശായ് തോന്നുമെങ്കിലും നമ്മുടെ വിശ്വസ്ത ഉയരങ്ങളാണതൊക്കെ!. ഭൂമിയുടെ ഹിരണ്യ ഗർഭം! ഇന്ന് വെളുക്കുന്നതോടെ മലയുടെ ആവരണം മാറ്റി പലതും ആകാശ കപ്പലുകളായ് പറന്നിരിക്കും! ഭൂമിയുടെ പാതിയെങ്കിലും സംരക്ഷിക്കാൻ യോഗ്യമാണാ

ദൈവ സ്പർശമേറ്റ വജ്രായുധ വാഹിനികൾ.....

!! അപ്പോഴും മലകളെ പാതി പുതച്ച രാസാകാശത്തിൽ മൂന്നാം ലോകമഹായുദ്ധത്തിന്റെ തൃക്കണ്ണുപോലെ ഒരു വാൽനക്ഷത്രം ഭീഷണമായി ഭൂമിയിലോട്ടു തുങ്ങികിടപ്പുണ്ടായിരുന്നു...

www.ingramcontent.com/pod-product-compliance
Lightning Source LLC
LaVergne TN
LVHW090427051026
849518LV00006B/2470
* 9 7 8 9 3 5 5 1 7 9 7 3 9 *